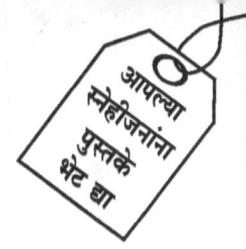
आपल्या स्नेहीजनांना पुस्तके भेट द्या

# रणजित देसाई
## शेकरू

मेहता पब्लिशिंग हाऊस

◆ *या पुस्तकातील लेखकाची मते, घटना, वर्णने ही त्या लेखकाची असून त्याच्याशी प्रकाशक सहमत असतीलच असे नाही.*

**SHEKARA** by RANJEET DESAI

**शेकरा : रणजित देसाई / कादंबरी**

© पारु नाईक व मधुमती शिंदे

मराठी पुस्तक प्रकाशनाचे हक्क मेहता पब्लिशिंग हाऊस पुणे

प्रकाशक : सुनील अनिल मेहता, मेहता पब्लिशिंग हाऊस,
१९४१ सदाशिव पेठ, माडीवाले कॉलनी, पुणे – ४११०३०.

मुखपृष्ठावरील
छायाचित्र : शरद देव्हारे

मांडणी : बाबू उडुपी

प्रकाशनकाल : ८ एप्रिल, १९९६ / फेब्रुवारी, २००१ / जानेवारी, २००६
मे, २००९ / सप्टेंबर, २०१२ / एप्रिल, २०१६ /
पुनर्मुद्रण : मे, २०१७

P Book ISBN 9788177666472
E Book ISBN 9788184989809
E Books available on : play.google.com/store/books
www.amazon.in

माझे नातू-
चि. गौरव
चि. गौतम
चि. सिद्धार्थ
यांना
— रणजित देसाई

सहायक
**पांडुरंग कुंभार**
**मारुती चितमपल्ली**

# शेकऱ्याच्या स्वागतासाठी

श्री. रणजित देसाई यांची 'शेकरा' ही एक विलक्षण लघुकादंबरी. त्यांच्या दुर्दैवी निधनानंतर ही प्रसिद्ध होत आहे.

विविध प्रकृतीच्या महत्त्वाच्या कादंबऱ्या लिहिणारे रणजित देसाई हे मराठीतील एक अव्वल दर्जाचे कादंबरीकार आहेत. त्यांनी आपल्या कादंबऱ्यांतून ग्रामीण जीवन, दलित जीवन, ऐतिहासिक जीवन, पौराणिक जीवन आणि नागर जीवन मूल्यप्रेरणेने हाताळले आहे. 'स्वामी' या त्यांच्या कादंबरीने तर ऐतिहासिक कादंबरीचा एक मानदंड निर्माण केला. पुढील ऐतिहासिक कादंबरीकारांना ती कादंबरी दीपस्तंभासारखी मार्गदर्शक ठरली. स्वातंत्र्योत्तर काळात ऐतिहासिक कादंबऱ्यांची तिने परंपरा निर्माण केली.

'शेकरा' या कादंबरीने एक वेगळे अनुभवविश्व साकारले आहे, ते आहे जंगल-जीवनाचे. जंगल-जीवन प्रामुख्याने प्राणिजीवन असते. जंगली प्राणी आपल्या स्वाभाविक प्रेरणांनी जंगलात जगत असतात. कादंबरीतील प्राण्यांचे जंगली जीवन पाहिले की, जगाच्या पाठीवरील आदिम जीवनाचे उग्रभीषण स्वरूप आपणाला विकसित मानवी जीवनाच्या विरोधात प्रभावीपणे जाणवते. या कादंबरीच्या वाचनानंतर मनात एक भेदक विचार येतो की, मानवाने आपल्यातील पशुत्वापासून तो मानवत्वापर्यंत किती दीर्घ पल्ला गाठलेला आहे. आदिम काळातील जीवनाचे जिवंत अवशेष म्हणजे 'शेकरा'तील जंगली जीवनाचा आलेख आहे. मानवानं केलेल्या प्रदीर्घ प्रवासाचा तो आरंभबिंदू मानता येईल, इतके प्रभावी कलात्मक लेखन 'शेकरा' कादंबरीत साकारले आहे.

'शेकरा' हा खारीचा जंगली प्रकार. खारीसारखाच दिसणारा, पण खारीहून कितीतरी मोठा असलेला शाकाहारी प्राणी. त्याचा पुष्कळसा

प्रवास झाडाझाडांवरून अंतराळातच चाललेला असतो. पुष्कळवेळा तो जमिनीवरही येतो.

हा 'शेकरा' दिवसभर जंगलात भटकत असतो. त्याच्या भटकण्यात बराचसा क्रीडाभावच असतो. निरनिराळ्या जंगली झाडांवरची फळे खात तो हिंडतो. विविध फळांचे आणि रसांचे आस्वाद घेत हिंडण्याच्या त्याच्या प्रकृतीत स्वभावत:च भटकेपणा आहे. जोडीला जंगलात चाललेले वन्य पशूंचे जीवननाट्य तो आपल्या बिटबिट्या, जिज्ञासू डोळ्यांनी सतत दुरून पाहत असतो. या पाहण्यातही थंड अलिप्तता नसते. भरपूर उत्कंठा असते. जमेल तिथे सहभाग असतो, पलायन असते. पाहताना होणाऱ्या शारीरिक प्रतिक्रियाही भरपूर असतात.

शेकऱ्याच्या भटकंतीबरोबर लेखकाची वेधक नजर आणि रेखीव लेखणी फिरत राहते. तिन्ही एकजीव होतात आणि वन्य प्राण्यांचे सगळे जंगली जीवन विविध ऋतुमानांतून साकार होत जाते. सगळ्या जंगलातील प्राणिविश्व सबंध कादंबरीभर नैसर्गिकपणे पसरले आहे. त्यात शेकरा, काळतोंडे हुप्पे, माकडं, वाघ, हरणं, सांबरं, भेकरं, अस्वल, रान-डुकरं, गवे, त्यांच्या माद्या, घारी-गिधाडे, ससाणे, खोकड, मोर, इतर पक्षी, वनस्पती, पाऊस, पाणी, कडे, पहाड, डोंगर, पाण्यांचे विविध प्रवाह हे सर्व अतिशय नाट्यपूर्णतेने आणि जिवंतपणे, त्यांच्या अनेक जिज्ञासावर्धक हालचालींसह आपल्या समोर फिरताना दिसतात. हळूहळू या सर्वांचे दैनंदिन जीवन आपणाला दिसू लागते.

वाचक मानवी समाज आणि त्यातील जीवनविषयक सगळे प्रश्न, समस्या, ताणतणाव विसरून जाऊन हे सर्व भीषण नाट्य आणि अनुभवविश्व न्याहाळत राहतो. पशुपक्ष्यांतील जीवनाचे अनेक बारकावे पाहून थक्क होऊन जातो. या सर्वांचे भक्ष्य-भक्षक संबंध, त्यातील क्रौर्य, रौद्र रूप, निष्पाप निरागसता आपणाला खिळवून ठेवते... नीतिनियम, कायदे, परंपरा, पापपुण्ये, उचितअनुचित, रूढी, संस्कृती यांनी बंदिस्त असलेला आपला मानवी समाज कितीतरी बरा आणि सुसह्य आहे याची विरोधात्मक कल्पना आपणाला सुखावह आणि सुरक्षित ठेवत असते.

या कादंबरीचा विषयच हे जंगली विश्व साकार करण्याचा आहे. निसर्गाच्या आणि जंगलाच्या कायद्यांनी आकारलेले हे विश्व किती रौद्र आहे याची प्रचिती येऊन आपण मनोमन हादरून जातो. विविध

प्राण्यांचे, पक्ष्यांचे विविध स्वभाव-वैचित्र्य आपणाला मानवी स्वभाव-वैचित्र्याच्या पलीकडे घेऊन जाते आणि त्यात आपण मग्न होऊन जातो. सगळे जंगलच घनदाटपणे आपल्या अनुभवाला येते.

शेकरा हा ससा, हरीण यांच्याप्रमाणेच निष्पाप, निरागस, शाकाहारी. तो जंगलभर हिंडताना किती सुरक्षित, किती निरागस, किती साक्षीवृत्तीनं जंगल अनुभवणारा भाग्यवान चिमुकला प्राणी आहे असे वाटते न वाटते तोवर तो एका खोकडाचा अनपेक्षित आणि अचानक भक्ष्य ठरतो. प्रतिकार करायला जवळ एकही साधन नाही; असेलच तर फक्त पलायन. पण तेही फसले तर मग तो किती असहायपणे या जंगलकायद्याचा बळी ठरतो, याचा प्रत्यय कादंबरीच्या शेवटी येतो. मानवी जीवनात निष्पापता, निरागसता, निरुपद्रवता हे सांभाळून ठेवण्यायोग्य गुण मानले जातात. अशा गुणांना कुणीही कुस्करू नये, अशी मानवी भावना सातत्याने मनात वसत असते. पण जंगल-कायद्यात या निष्पाप-निरागसतेला काहीच अर्थ राहत नसतो. ती अचानक त्या जंगली विश्वाचा बळी ठरते. पुन्हा सारे कसे शांत शांत; जणू काहीच घडले नाही, अशा वृत्तीने जंगली जीवन सुरू होते... हे पाहून वाचकाचे मानवी-स्पंदन सुन्न होऊन जाते... 'शेकरा' हा कादंबरीचा चिमुकला नायक या निष्पाप-निरागसतेचे प्रतीक म्हणून कादंबरीत वावरताना जाणवतो.

कादंबरीचे लेखन एका बाजूने अतिशय वास्तववादी, वस्तुनिष्ठ, कलात्मक अलिप्ततेने केलेले आहे. तिच्यात कुठेही मानवी जीवनावर किंवा जंगली जीवनावर भाष्य केलेले नाही. तरीही ती कादंबरी प्रतीकरूप झालेली आहे. मानवी मूल्ये काहीही आणि कोणतीही असोत, प्रत्यक्षात समाजाच्या अस्ताव्यस्त व्यवहारात अनेक जण हिंस्र पशू असतात आणि दुबळे जीव, निरुपद्रवी जीव त्यांचे भक्ष्य होतात. निसर्गातील हे क्रौर्यनाट्य जंगली जीवनात आणि मानवी जीवनातही सतत चालूच असते, असे स्थायी सत्य सूचित करणारी ही अव्वल दर्जाची बांधेसूद कलाकृती आहे. ती छोटेखानी असली तरी हिऱ्यासारखी अनेक पैलूंतून प्रकाशमान होणारी आहे. मराठीत असे लेखन दुर्मीळ. कादंबरीकार रणजित देसाई यांच्या मुकुटात ती माणकासारखी केंद्रस्थानी शोभावी अशा योग्यतेची आहे.

**- आनंद यादव**

# ।। एक ।।

आकाशात चढलेल्या उंच कड्यांनी तो मुलूख नटलेला होता. कड्याचे माथे उघडे-बोडके असले तरी त्या कड्यांच्या गळ्यापासून पायथ्यासभोवारचा सारा मुलूख घनदाट वृक्षांनी सजला होता. त्या उंच कड्यांना स्पर्श करू पाहणारे साग जसे त्या मुलखात वाढले होते, तसेच त्या सागाशी स्पर्धा करू पाहणारे तालवृक्ष होते. उंच झेपावणाऱ्या साग-तालांच्या स्पर्धेपासून अलिप्त राहून, असंख्य पारंब्यांनी जमिनीचा आधार घेत चारी दिशांना गाठू पाहणारे वटवृक्षही होते. सावर, पळस, पांगारा, बाहावा, मोह आपलं वेगळेपण दाखवीत जंगलाचा घनदाटपणा वाढवत होते.

पतझडीनंतर आता साऱ्या रानावर पालवी फुटत होती. सारं रान त्या नव्या पालवीनं सजत होतं. नवं रंग-रूप लाभत होतं. विविध रंगांची बरसात रानावर होत होती.

कड्याच्या माथ्यावरून त्या रानाचं वेगळेपण जाणवत नव्हतं. विविध रंग एक झालेले दिसत होते. मिसळून गेलेल्या साऱ्या रंगाला काळपट झाक लाभली होती. अखंड पसरलेल्या त्या काळपट झाकेत ना वृक्षांचं वेगळेपण दिसत होतं, ना रंगांची विविधता उरली होती.

त्या संपूर्ण रानावर नीरव शांतता नांदत होती. कड्यावरून कोसळणारा प्रपाताचा गंभीर नाद त्या नीरव शांततेची सोबत करीत होता. जिथं प्रपात कोसळत होता, तिथं त्याला डोहाचं रूप लाभलं होतं. तो नितळ डोह भरून वाहत होता. दुतर्फा गर्द झाडा-झुडपांतून डोह सोडून वाहणाऱ्या प्रवाहानं उताराची दिशा धरली होती. बारीक-सारीक ओहोळ त्याला मिळत होते. खळखळपणा वाढत होता. दगड-धोंडे पोटात

घेऊन त्या अवखळ प्रवाहानं दरी गाठली होती. आता त्या प्रवाहाचा खळखळणारा अवखळपणा कमी होऊन भरलेल्या अंगानं दरी ओलांडून जाणाऱ्या त्या प्रवाहाला शांतपणा आला होता.

सारं रान जागं झालं होतं. डोहाच्या बाजूला पसरलेल्या वटवृक्षाच्या पारंबीवरून शेकरा झरझर वर गेला.

शेकरा ही खारीची एक मोठी जात. काळी, झुपकेदार शेपूट. राखी रंगाचा तो शेकरा आपल्या लालबुंद नजरेनं सारं रान निरखायचा. एका झाडावरून दुसऱ्या झाडावर झेप घेत सारं रान फिरायचा. वटवृक्षावर गेलेला शेकरा एका फांदीवर थांबला. टकमक नजरेनं क्षणात त्यानं सारं न्याहाळलं.

सभोवारचा मुलूख न्याहाळणाऱ्या शेकऱ्याची नजर वटवृक्षाच्या फांद्यांना धरलेल्या लालबुंद फळांवर गेली. शेकरा सरसरत फांदीच्या टोकापर्यंत गेला. लालबुंद झालेलं एक फळ आपल्या समोरच्या दोन्ही पायांत पकडून त्यानं कुरतडायला सुरुवात केली. फळाची चव घेत असता त्याच्या झोकदार शेपटीच्या गोंड्याची कमान पाठीवर फिरत होती.

अर्धवट खाल्लेलं फळ टाकून शेकऱ्यानं आपली शेपटी फांदीला टेकवली. आपली नजर वरच्या फांदीवर खिळवली. क्षणात त्याची झेप त्या फांदीवर गेली. त्या फांदीवर बसून शेकऱ्यानं फळ निवडलं. अर्धं-मुर्धं कुरतडलं आणि पुन्हा दुसऱ्या फांदीवर झेप घेतली.

त्या पसरलेल्या वृक्षावर शेकरा मुक्तपणे संचार करीत होता. फळं कुरतडत होता. बऱ्याच वेळानं शेकऱ्यानं त्या वृक्षाचा शेंडा गाठला. आता फळ कुरतडायची इच्छा राहिली नव्हती. शेंड्यावर बसून तो चारी दिशा न्याहाळत राहिला.

चारी दिशा न्याहाळणाऱ्या शेकऱ्याची नजर दरीवर खिळली. शेकऱ्यानं बसल्या जागी शेपटीचा गोंडा हलवला आणि बघता बघता त्यानं समोरच्या झाडावर झेप घेतली. झाडावरून झेपावत तर कधी पाला-पाचोळ्यातून सरसरत शेकरा डोहाकडून दरी जवळ करीत होता.

प्रवाह सोडला तर प्रवाहाच्या दोन्ही काठांनी गर्द रान वाढलं होतं. लांबवर पसरलेल्या दरीचा थोडा भाग सपाट होता. त्या सपाट भागातून

प्रवाह पसरट झाला होता. त्या पसरट प्रवाहात अनेक ठिकाणी दगड डोकं वर काढून उभे होते. पसरलेल्या संथ पाण्याचा तळ दिसत होता. काठावरच्या पसरट पाण्यात दोन्ही काठांवरच्या गर्द रानाची सावली पडली होती. काठांवर अनेक ठिकाणी गर्द झाडीमधून उंच वाढलेली वेळूची बेटं आपलं वेगळं अस्तित्व दाखवत होती.

वेळूच्या बेटानजीकच वाढलेल्या मोहाच्या एका वृक्षावर शेकऱ्यानं आपलं नवं घरटं बांधलं होतं. त्या संपूर्ण रानात शेकऱ्यानं अशी कैक घरटी बांधली होती. मनात येईल त्या घरट्यात शेकरा विसावा घ्यायचा.

मोहाच्या वृक्षावरच्या घरट्यात शेकरा काही वेळ बसून राहिला.

सायंकाळची किरणं रानावर उतरली.

शेकरा दरीतून उंच कड्याकडं पाहत होता.

त्याच वेळी साऱ्या दरीत वाघाच्या डरकीचा प्रतिध्वनी घुमला.

शेकऱ्याचं अंग क्षणभर थरारलं.

कड्याच्या कपारीतून आता वाघ बाहेर पडणार होता.

भूक भागविणार होता.

त्या नीरव शांततेत पुन्हा एकवार डरकीचे प्रतिध्वनी घुमत राहिले.

शेकऱ्यानं आपलं अंग झाडलं. घरट्यातून फांदीवर आला.

साऱ्या रानावर एक भयानक शांतता पसरली.

शेकऱ्यानं झेप घेतली. डोहाच्या दिशेनं तो झेपावत होता.

शेकरा डोहानजीक आला तेव्हा चितळांचा कळप चौखूर उधळत आपल्या वाटेनं गेला. शेकरा चितळं उधळलेल्या दिशेकडं क्षणभर बघत राहिला आणि वटवृक्षावरचं आपलं घरटं त्यानं जवळ केलं.

सायंकाळची किरणं रानावर उतरली होती. शेकरा आपल्या घरट्यातून चारी बाजू न्याहाळत होता.

अचानक समोरच्या झाडांचे शेंडे गदगदले. शेकऱ्यानं पाहिलं. नजरेत काही न येताही शेकऱ्यानं ओळखलं, हे काळतोंडे हुप्पे.

हे काळतोंडे!

सारं झाड आपलंच समजतात.

खातील थोडं.

पण साऱ्या पिकल्या फळांचा सडा खाली पाडतील!

शेकरा विचार करीत असतानाच वटवृक्ष गदगदला. एकापाठोपाठ एक झेपावलेल्या हुप्प्यांनी सारा वटवृक्ष भरून गेला. लांबझोक शेपूट पाठीवर वाकवून सारे हुप्पे खाली-वर झेपावत राहिले.

शेकरा शेंड्यावरच्या आपल्या घरट्यातून बघत होता.

एका काळतोंड्याची आणि त्याची नजरानजर झाली. क्षणात त्या हुप्प्यानं दात विचकले. शेकऱ्याचं अंग फुललं आणि ते बघताच हुप्प्यानं आपला संताप व्यक्त केला. दात विचकून शेकऱ्याकडं झेप घेण्याच्या पवित्र्यात ते दिसताच शेकऱ्याचंच अंग भीतीनं थरकापून गेलं.

शेकऱ्यानं भीतीनं दुसऱ्या फांदीवर झेप घेतली. तिथून त्यानं दुसरा वृक्ष गाठला. त्या वृक्षाचा शेंडा गाठून शेकरा त्या काळतोंड्याकडं बघत राहिला.

हे काळतोंडे असेच त्रास देतात.

यांच्या वाट्याला गेलं नाही तरी!

शेकरा बघत होता. खाली–वर झेपावणारे सारे हुप्पे आता फांद्यांवर विसावले होते. त्यांच्या लांबझोक शेपट्या फांदीवरून खाली लोंबत होत्या. त्या कळपातला एक काळतोंडा शेंड्यावर बसला होता. त्याची नजर चौफेर फिरत होती. अंग खाजवत तो चारी दिशा न्याहाळत होता.

खाली उतरायला आता हरकत नाही याची खात्री होताच तो काळतोंडा फांदीवरून खाली आला. बुंध्यात येऊन त्यानं परत बसकण मारली. चारी दिशा टकमक पाहिल्या आणि शेपटीची कमान पाठीवर झुलवत तो डोहाच्या दिशेनं सावकाश पावलं टाकत जाऊ लागला.

वटवृक्षावरून सारे हुप्पे बघत होते.

डोहाच्या काठावर आलेला हुप्प्या काठावर बसला. त्यानं परत एकवार आपली नजर डोहाच्या सभोवार फिरवली आणि खात्री पटताच त्यानं डोहाच्या काठावर पुढचे पाय दुमडले. सारं शरीर पुढं झुकवलं.

पाण्यावर तोंड टेकवून हुप्प्या पाणी पीत होता.

झाडावरून पाहणारे सारे काळतोंडे क्षणात खाली आले आणि उड्या घेत त्यांनी बघता बघता डोह गाठला.

डोहाचा सारा काठ काळतोंड्यांनी भरून गेला.

शेकऱ्याची नजर वळली. त्या गर्द रानातली एक वाट त्यानं न्याहाळली. काही अंतरावरच त्याला डोहाच्या दिशेनं सावध पावलांनी येणारं वाघाचं धूड नजरेत आलं.

पाणी पिऊन हे हुप्पे परत फिरतील.
तोवर वाघ झेपेच्या अंतरावर येईल.
साऱ्या रानाला सावध करून आलेला हा वाघ.
पोटातली भूक भागवण्यासाठी झेप घेईल.
एक-दोन तर हुप्पे वाघाच्या पंज्याखाली येतील.
येऊ देत!
त्याशिवाय त्यांची खोड जायची नाही.
कारण नसता दात विचकतात.
अंगावर येतात!
या अंगावर!!

दबक्या पावलांनी वाघ पुढं सरकत होता.
काही क्षणांत तो काळतोंड्यांच्या समोर उभा राहणार होता.
तोवर हुप्प्यांचं पाणी पिऊन संपणार होतं.
तहान भागवून जेव्हा ते मागे फिरतील,
तेव्हा –
विचका! दात विचका!!

शेकरा एकटक नजरेनं वाघाच्या पावलांतला विश्वास बघत होता. क्षणभर त्याच्या मनात काहूर उठलं.
–आणि दुसऱ्याच क्षणी शेकरा 'चिर्ऽचिर्ऽऽ ओरडत वटवृक्षावर झेपावला.

शेकऱ्याच्या त्या विचित्र आवाजानं पाणी पिणं सोडून सारे हुप्पे माघारी धावले होते. बघता बघता त्यांनी वृक्षांचे शेंडे गाठले होते. चारी

दिशा टकमक बघत हुप्पे या झाडावरून त्या झाडावर झेपावत होते.

कुठं पळावं याचंही भान त्यांना उरलं नव्हतं.

जेव्हा तो वाघ त्यांच्या दृष्टिपथात आला, तेव्हा साऱ्या हुप्प्यांनी भीतीनं चीत्कार केला. सारं झाड गदगदून हलत राहिलं.

वाघ क्षणभर त्या डोहाच्या काठावर बसला. वृक्षांच्या शेंड्यांवर गोंधळ घालणाऱ्या हुप्प्यांकडं एकवार बघून त्यानं आपली शेपटी जमिनीवर आपटली.

—आणि हुप्प्यांचा आवाज क्षणभर बंद झाला.

दुसऱ्याच क्षणी सारे हुप्पे झेपावले. बघता बघता चीत्कार करीत दिसेनासे झाले.


शेकरा वटवृक्षावर बसला होता. कड्याच्या सावलीनं सारं रान झाकलं होतं.

पाणी पिऊन वाघ सावध पावलांनी परतला होता.

—आणि शेकरा आपल्या घरट्यात डोळे मिटून बसला होता.

रानावर अंधार उतरत होता.

★


धुकं रानावर उतरलं होतं. सारी दरी त्या दाट धुक्याच्या आवरणाखाली निःस्तब्ध होती. वाऱ्याच्या मंद झुळकेनं झाडांची पानं हलत होती. पानांवर साठलेल्या दवाचा शिडकावा खाली होत होता. जमिनीवर साचलेला पाला-पाचोळा भिजत होता.

भिजलेल्या अंगानं शेकरा तसाच पुढं संचार करीत होता. जसा सूर्य कड्याच्या माथ्यावर आला, तसं धुकं विरघळत कड्यावरनं खाली उतरू लागलं.

धुक्यानं भिजलेल्या रानाला उभी किरणं तापवू लागली.

भरल्या पोटानं शेकरा रान फिरत होता. वृक्षाचा शेंडा गाठून चौफेर बघत होता, तर कधी पाला-पाचोळ्यातून सरसरत जात होता.

पाचोळ्यातून गमतीनं जाणारा शेकरा अचानक थांबला. अंग

फुलवून दोन पायांवर उभा राहिला.

आपली लालबुंद नजर त्यानं समोर रोखली...

पाला-पाचोळ्यातून जमीन हुंगत एक अस्वल येत होतं.

अस्वल भुकेनं व्याकूळ झालं होतं.

सकाळपासून रान पालथं घालूनही त्याच्या पोटात काही गेलं नव्हतं. जमीन हुंगून हुंगून सोकावलं होतं.

जमिनीवर साचलेल्या पाला-पाचोळ्यात निमुळतं तोंड खुपसून हुंगणारं अस्वल एकदम थांबलं.

मनात रेंगाळणारा वास त्याच्या नाकपुड्यांत शिरला होता.

हवा असलेला वास!

त्या वासानं अस्वल वखवखलं.

नाकपुड्या फेंदारून पान न् पान शोधू लागलं.

एका जाडजूड मोठ्या पानाला त्याचं तोंड लागलं. नकळत त्याची जीभ त्या पानावरून फिरली.

जिभेला झालेल्या स्पर्शानं त्याचं मन सुखावलं.

मधाची चव त्याच्या जिभेवर रेंगाळली.

अस्वलानं बूड टेकलं. मुस्कट वर केलं.

किलकिल्या डोळ्यांनी पाहिलं.

सरळसोट आकाशात चढलेल्या वृक्षाच्या शेंड्यालगत एक प्रचंड काळंभोर मधाचं पोळं लटकलं होतं.

अस्वलाची नजर त्या मधाच्या पोळ्यावर खिळली होती. पोटातील सारी भूक डोळ्यांत गोळा झाली होती.


कैक दिवसांत सहजपणानं तोंडाला येईल असं दरडीतलं मधाचं पोळं त्याला मिळालं नव्हतं.

आज दिसत होतं, ते आकाशाच्या उंचीवर.

ती उंची गाठायचं अवघड होतं.


पोटात भुकेचा डोंब उसळला होता.

मधाचं पोळं नजरेसमोरून हलत नव्हतं.

मनाचा हिय्या करून अस्वल झाडाच्या बुंध्यालगत आलं.
वर न बघताही त्याला ते मधाचं पोळं दिसत होतं.
काळ्याभोर माश्यांनी भरलेली पिवळी धमक फकडी!
मधानं रसरसलेली!!

आता उंची जाणवत नव्हती.
आकाशाची उंची तोंडाजवळ आली होती.
अस्वल त्या लटकलेल्या मधाच्या मोहोळानजीक आलं. मोहोळातून
उठणाऱ्या अखंड गुंजारवानं अस्वल क्षणभर अस्वस्थ झालं.
केविलवाणेपणानं बघत राहिलं.
कैक वेळेचा अनुभव क्षणात आठवला.
पंजा मारताक्षणी माश्या घोंगावत उठतील.
जिवावर उदार होऊन हल्ला करतील.
साऱ्या अंगाची आग होईल.
आग!

कैक वेळेचा अनुभव होता.
पण पोटातली आग.
त्या आगीनंच या वणव्याजवळ आणलं होतं.
चव आठवत होती.
भूक भडकत होती.
पंजा मारावा?
घोंगावणाऱ्या माश्यांच्या तडाख्यातून खाली उतरता येईल?

अस्वलानं खाली पाहिलं.
जमीन फार खोल राहिली होती.
मनाचा हिय्या करून अस्वलानं त्या मधाच्या मोहोळावर साऱ्या
शक्तीनिशी हाताचा पंजा मारला.
साऱ्या माश्या एकदम उसळल्या. एका भयानक आवाजानं लय
धरली. खाली कोसळलेल्या मोहोळातून काळा थवा वर उसळला.

तोल सावरत खाली उतरणाऱ्या अस्वलाला माश्यांनी अर्ध्या उंचीवरच गाठलं होतं. अस्वलाचे दोन्ही हात आणि दोन्ही पाय झाडाला वेढले होते. अंगावरच्या दाट केसांमुळं सारं धड सुरक्षित होतं. पण तोंड चुकवू शकत नव्हतं. डोक्यापासून तोंडापर्यंतचा भाग माश्यांच्या हल्ल्यापासून ते वाचवू शकत नव्हतं. अणकुचीदार काट्यानं जीवघेणी कळ मस्तकात शिरावी, तशी अखंड कळ मस्तकात शिरत होती.

ती जीवघेणी वेदना सोसत अस्वलानं जमिनीला पाय टेकले.

जमिनीला पाय टेकताच अस्वलानं त्या पाचोळ्यात एकदम लोळण घेतली. गडबडा लोळून अंगाला डसलेल्या माश्या बाजूला करण्याचा त्यानं प्रयत्न केला आणि पुढच्या दोन्ही पायांत आपलं मुस्कट खुपसून खसाखसा घासलं. तोंडाला डसलेल्या माश्या त्यानं दूर केल्या.

काही क्षण आपलं आग होणारं मुस्कट दोन्ही पंज्यांत लपवून तसंच पडून राहिलं.

अस्वलाच्या कानांतला घोंगावणारा आवाज कमी होत नव्हता. तोंड लपवून तसं बसणं अस्वलाला अशक्य झालं होतं.

काही वेळानं त्यानं पंज्यांत लपवलेलं तोंड वर केलं.

क्षणभरच त्याला मोकळा श्वास घेता आला.

दुसऱ्याच क्षणी चारी बाजूंनी संतापलेल्या माश्यांनी त्याच्या तोंडाचा वेध घेतला.

वेदना असह्य होऊन, अस्वलानं सारं बळ एकवटून धावायला सुरुवात केली. पाठीवर घोंगावणाऱ्या मधमाश्यांचा थवा घेऊन अस्वल प्रवाहाच्या दिशेनं पळत होतं.

प्रवाह गाठताच अस्वल पोटाएवढ्या पाण्यात आलं. पाण्यात बसकण मारून त्यानं आपलं तोंड पाण्यात लपवलं.

मधमाश्या पाण्यावर घोंगावत राहिल्या.

श्वास घ्यायला म्हणून अस्वल आपली नाकपुडी बाहेर काढत होतं आणि पाण्यावर घोंगावणाऱ्या मधमाश्या क्षणात त्याच्या मुस्कटाचा वेध घेत होत्या.

बराच वेळ हा जीवघेणा खेळ चालला होता.

मनात असूनही अस्वल पाण्याबाहेर पडू शकत नव्हतं.

हल्ला करून थकलेल्या माश्या आता परतत होत्या.

जेव्हा अस्वलानं डोकं पाण्याबाहेर काढलं तेव्हा त्याला हायसं वाटलं. केविलवाणेपणानं त्यानं चारी बाजूंना पाहिलं.

घोंगावणाऱ्या काळ्या थव्याचा मागमूस नव्हता.

मिचमिच डोळ्यांनी अंदाज घेऊन त्यानं खात्री करून घेतली. जेव्हा त्याची खात्री झाली तेव्हा ते पाण्याबाहेर आलं. काठावर येताच अस्वलानं ओलं अंग घुसळलं. केसांतलं पाणी झाडलं.

अस्वलानं काही क्षण काठावरच बैठक मारली. नाकपुडीवर होणारी आग साऱ्या अंगातून खेळत होती. दोन्ही पंजे नाकपुड्यांवर घेऊन अस्वल हळुवारपणे नाकपुडी चोळत होतं.

अंगाची आग सोसत अस्वल उठलं.

आग होणाऱ्या नाकपुड्यांनी जमीन हुंगत हुंगत ते नेमक्या जागी आलं.

पिवळीजर्द मधानं रसरसलेली ती मधाची फकडी नजरेत येताच अस्वलाची भूक भडकून उठली.

साऱ्या वेदना विसरून त्यानं मधाच्या फकडीला तोंड लावलं.

अस्वल मध चाखत होतं.

मधमाश्या डसल्यानं होणारी अंगाची आग मधाच्या चवीनं कुठच्या कुठं गेली होती.

वर बघण्याचंही भान अस्वलाला राहिलं नव्हतं.

★

दिवस कलला होता.

कड्याच्या सावलीनं सारं रान झाकोळलं होतं. प्रपाताचा अखंड नाद साऱ्या रानावर उठत होता. जिथून प्रपात कोसळत होता, त्याच्या उजव्या अंगाच्या उतारावर एक कपार होती.

त्या कपारीत झोपलेला वाघ जागा झाला होता.

पाय ताणून वाघानं साऱ्या अंगाचा आळस झटकला.

झोप खाऊन तरतरीत झालेला वाघ सावकाशपणे कपारीतून बाहेर आला. कपारीच्या समोर असलेल्या कातळावर तो बसला.

बसल्या जागेवरून खाल-वर दिसणारं रान वाघानं नजरेखालून घातलं. बघता बघता त्यानं मान वर केली. त्याचे डोळे आपोआप मिटले.

एक दीर्घ डरकी त्याच्या घशातून बाहेर पडली.

वाघाच्या दीर्घ डरकीचे प्रतिध्वनी दऱ्या-खोऱ्यांत उमटले.

सारं रान क्षणभर स्तब्ध झालं.

एक भयाण शांतता त्या रानावर पसरली.

वटवृक्षाच्या शेंड्यावर बसलेल्या शेकऱ्यानं वाघाची डरकी ऐकली. त्याचं सारं अंग फुललं. शेपटीचा गोंडा पाठीवर फिरत राहिला. चारी दिशा टकमक बघणाऱ्या शेकऱ्याच्या जिवाचा थारा उडाला होता.

वाघाच्या डरकीचा अर्थ स्पष्ट झाला होता.

वाघानं साऱ्या रानाला सावध केलं होतं.

— आता भक्ष्य शोधायला तो बाहेर पडणार होता.

या रानाचा खरा राजा!

सावध करून झडप घालणारा!

चारी दिशा टकमक न्याहाळणाऱ्या शेकऱ्याच्या कानांवर परत एक वाघाची डरकी आली. त्या डरकीचे प्रतिध्वनी दऱ्या-खोऱ्यांत घुमले.

वाघाच्या डरकीतलं आव्हान साऱ्या रानाला कळलं होतं.

मोहाच्या झाडावर मजेनं उड्या मारणारे हुप्पे जागेला खिळले. चीत्कार करीत भयभीत नजरेनं खाली-वर बघू लागले.

वटवृक्षाखाली फळं शोधणारी सांबरं कान पाखरून उभी राहिली. क्षणभर भयभीत नजरेनं बघत राहिली आणि दुसऱ्याच क्षणी त्यातला नर पोंऽक करून ओरडला. आपल्या साथीदारांना सावधतेचा इशारा करून नरानं उशी घेतली. पाठोपाठ उरलेल्या सांबरांनी धाव घेतली.

करमलीच्या उंच झाडाखाली रवंथ करीत बसलेल्या गव्याच्या माद्यांनी रवंथ थांबवली. वाघाच्या डरकीनं सावध झालेला नर कान

टवकारून उभा राहिला. एकवार त्यानं वाटेचा अंदाज घेतला आणि कळपाला आवाज दिला. नरानं दिशा धरली. साऱ्या माद्या त्याच्या मागून चालू लागल्या. क्षणात ती जागा मोकळी झाली.

दरीतल्या एका गर्द झुडपात एक सुस्तावलेला डुक्कर पडून होता. वाघाची डरकी ऐकूनही त्याची सुस्ती गेली नाही. भयाची कुठलीही जाणीव त्याच्या अवयवाला शिवली नाही.

वाघाची डरकी आता थांबली होती.

आपल्या डरकीनं सारं रान सावध करून वाघ बसल्या जागेवरून उठला.

सवयीनं त्याची पावलं समोरच्या झाडाच्या दिशेनं पडत होती.

झाडाजवळ येताच त्यानं आपले समोरचे दोन्ही पाय झाडाच्या बुंध्याला टेकवले. मागच्या दोन पायांवर उभा असलेला वाघ बुंध्याला टेकवलेल्या पावलांच्या नख्या सालीत खुपसून झाडाला ओरखडे काढत होता.

शेकरा बघत होता.

शिकारीला बाहेर पडताना वाघाची ही सवय त्याला माहीत झाली होती. झाडाच्या सालीत नख्या खुपसून, नख्या साफ करूनच तो दरड उतरत असे.

कैक दिवसांच्या त्याच्या या सवयीनं झाडाचा सारा बुंधा नख्यांच्या ओरखड्यांनी भरून गेला होता.

काही वेळातच वाघानं आपले पाय जमिनीला टेकवले आणि दरड उतरून जाणारी वाट त्यानं धरली.

उंच दरड उतरून तो खाली आला.

त्याच्या सुवर्णकांती अंगावर काळे पट्टे उठून दिसत होते. नजरेनं शोध घेत तो दमदार पावलं टाकीत होता.

चौखूर उधळत जाणाऱ्या पावलांच्या आवाजानं वाघ थांबला. त्यानं पाहिलं.

लांब अंतरावरून सांबरं दौडत होती. बघता बघता सांबरं दिसेनाशी झाली.

वाघानं दिशा बदलली नाही. आपल्या वाटेनं तशीच दमदार पावलं टाकीत तो चालू लागला.

वाघ आपल्या वाटेनं जात होता. पाठीमागून झाडांचे शेंडे गदगद हलवीत, चीत्कार करीत येणाऱ्या वानरांकडं बघण्याचे कष्टही तो घेत नव्हता. अर्धं रान पायांखाली घालूनही सावज वाघाच्या नजरेच्या टप्प्यात आलं नव्हतं. विश्वासानं पावलं टाकणाऱ्या वाघाच्या कानाला आता वानरांचा आवाज नको वाटत होता. पण शेंड्यांवरून येणारी वानरं त्याची पाठ सोडत नव्हती.

वाघाच्या मनात संताप उमटू लागला.

वाघानं बसकण मारली. मान वर केली.

झाडांच्या शेंड्यांवरून हैदोस घालणारी वानरं फांद्यांना चिकटली.

—आणि वाघानं शेपटी जमिनीवर आपटून डरकी फोडली.

जिवाच्या आकांतानं वानरं उड्या घेत, ओरडत, झेपावत लांब गेली.

वानरं दिसेनाशी झाली, तसा वाघ बसल्या जागेवरून उठला. शांत मनानं दमदारपणे डोहाची वाट चालू लागला.

आपल्या वाटेनं डोहाजवळ आलेला वाघ जागेलाच थांबला. समोरची नजर न काढता, पुढचे दोन्ही पाय दुमडून त्यानं सावधपणानं बसकण मारली.

एकटक नजरेनं तो समोर बघत होता.

झेपेच्या अंतरावर डोहाच्या काठाला पाणी पिणारं सावज दिसत होतं.

सांबराचा नर तहान भागवत होता. सायंकाळच्या किरणांत त्याचं तांबूस अंग तकाकत होतं. मस्तकावर पसरलेल्या शिंगांचा संभार उचलून क्षणात कान पाखरत होता. भेदरट नजर चौफेर फिरत होती.

शिंगाड्याचं तोंड पुन्हा पाण्याला लागत होतं.


काठावरच्या वटवृक्षावरचा शेकरा भयचकित होऊन बघत होता. ओरडण्याचंही भान त्याला राहिलं नव्हतं.

किरण साधून बसलेला वाघ.

पाणी पितानाही शंकेनं नजर फिरवणारा शिंगाडा.

एकवार शिंगाड्याकडे, तर दुसऱ्याच क्षणी वाघाकडं शेकऱ्याची नजर वळत होती.

पाण्यावरचं तोंड काढून शिंगाड्यानं आपली भेदरट नजर वळवली आणि क्षणभरच त्याला किरण साधून बसलेल्या वाघाचं दर्शन झालं.

शिंगाड्याचं सारं अंग थरथरलं.

क्षणभरच शिंगाड्याचं मन बिथरलं. पण दुसऱ्याच क्षणी शिंगाड्यानं पाण्यावर तोंड टेकवलं.

पाणी न पिता शिंगाडा, पाण्यावर तोंड टेकवून, तिरक्या नजरेनं बघत होता.


सारं बघणारा शेकराही चकित झाला होता.

शिंगाड्याचं तोंड पाण्यावर आहे, तोवर वाघ शिंगाड्यावर झेप घेणार नव्हता.

सावध करून सावज शोधणारा वाघ.

शिंगाड्याचं पाणी पिऊन होण्याची वाट बघत होता.

शिंगाड्याची तिरकी नजर वाघावर होती.

तोंड पाण्याला चिकटलं होतं.

कठीण प्रसंगातही शिंगाड्यानं अवधान राखलं होतं.


वाघाची शांत नजर खिळली होती.

तहान भागवून शिंगाडा मागं वळण्याचा फक्त अवधी.

शिंगाड्याला उशी घ्यायलाही संधी मिळणार नव्हती.

फक्त मागं वळण्याची वाट होती.


रानावर पडलेली कड्याची सावली गडद झाली.

शिंगाड्याचं तोंड पाण्यावरच होतं.

मस्तकावर पसरलेल्या शिंगांचा पसारा हलत नव्हता.


वाघाच्या शांत नजरेत आता संताप फुलू लागला.

१४ । शेकरा

पण संताप येऊनही तो जागेवरून हलत नव्हता, ना नजर वळवत होता.

अजून केवढं पाणी पिणार आहे हा?

वाघानं खूप वेळ वाट पाहिली.

पण शिंगाडा पाण्यावरचं तोंड बाजूला करीत नव्हता.

संताप अनावर होऊन वाघानं शेपटी आपटली.

वाघ उठला.

शिंगाड्यावर नजर ठेवून तो बाजूला सरला.

पाण्यावर तोंड ठेवून शिंगाडा बघत होता.

वाघ बाजूला सरताच शिंगाड्याची छाती धापावली. क्षणात त्यानं मनाचा निर्धार केला. सारं बळ एकवटून शिंगाडा गरकन वळला. चौखूर उधळला.

झेप घेऊनही वाघ शिंगाड्यापर्यंत पोहोचला नव्हता.

वायुवेगानं उधळलेल्या शिंगाड्यानं संधी दिली नव्हती.

पाठलाग करूनही शिंगाड्यानं हुलकावणी दिली होती.

निराश होऊन वाघ माघारी वळला. डोहाच्या काठावर आला.

थकलेला वाघ डोहाचं पाणी पिऊ लागला.

★

पावसाचा जोर कमी झाला होता.

गेले कित्येक दिवस रानावर अखंडपणे कोसळून गेलेल्या पावसानं सारं रान सुस्नात झालं होतं. रानाचा गर्दपणा अधिकच वाढला होता. त्या गर्द रानाला गडदपणा आला होता. कड्यावरून कोसळणाऱ्या पाण्याच्या शुभ्र धारा फुटून फेसाळत खाली झेपावत होत्या.

कड्यावर एक छोटं पठार होतं. पठारावर मध्यभागी एक तळी होती. पाण्यानं तुडुंब भरलेल्या त्या तळीत गव्यांचा एक कळप विसावा घेत होता. माद्या त्या पाण्यात मनसोक्त लोळत होत्या. त्यांच्या लोळण्यानं सारी तळी घुसळून निघत होती. काळ्या तकतकीत अंगाचा, बाकदार शिंगाचा नर लोळणाऱ्या माद्यांवर नजर ठेवून बाजूच्या कातळावर रवंथ करीत बसला होता.

चिखलात लोळणारी एक मादी अचानक उठून उभी राहिली. बाकीच्या माद्यांना सोडून ती तळीबाहेर आली. इकडंतिकडं बघत त्या मादीनं नर बसला होता त्या जागेपासून थोड्या अंतरावरच बसकण मारली. काही क्षणांतच ती उठली. पण जागा न सोडता परत त्याच ठिकाणी तिनं बसकण मारली.

काही काळ त्या मादीची ऊठबस चालली होती.

बेचैनपणे ऊठबस करणाऱ्या मादीकडं कातळावर बसून बघणारा नर उठला. तळीच्या काठाजवळ आला. बघता बघता त्यानं आपल्या खुरांनी खुरट्या गवताच्या चकांद्या हवेत उधळल्या.

चिखलाच्या गारव्याचं सुख घेणाऱ्या माद्या भानावर आल्या. त्यांचं लक्ष तळीबाहेर असलेल्या मादीकडं गेलं. बघता बघता तळी सोडून साऱ्या माद्या बाहेर आल्या.

साऱ्या माद्या बाहेर येताच गवा वळला. साऱ्या माद्याही वळल्या. अस्वस्थपणे ऊठबस करणाऱ्या मादीला पुढं घालून साऱ्या माद्या मागून चालत होत्या.

सर्वांच्या मागून नर जात होता.

कड्याच्या अरुंद वाटेवरून साऱ्या कळपाच्या खुरांचा आवाज उठत होता. दरीत घुमत होता.

सूर्यकिरणं तिरपी झाली होती. झाडावरून मनमानी हिंडणारा शेकरा कावराबावरा झाला होता. कड्याच्या वाटेनं उठणाऱ्या आवाजानं त्यानं कान टवकारले. आवाजाच्या दिशेनं तो बघत होता.

अशा अवेळी गव्यांचा कळप खाली का उतरतो आहे?

शेकऱ्याला अधिक काळ विचार करावा लागला नाही.

कड्याची अरुंद वाट उतरून तो कळप खाली आला होता.

गेल्या काही दिवसांत हेरून ठेवलेल्या जागी कळप येऊन पोहोचला. चारी बाजूंनी गर्द झाडीनं वेढलेल्या त्या मोकळ्या जागी कळप थांबला. नरानं त्या जागेवरची सारी झुडपं आपल्या खुरांनी मोकळी केली होती. गेल्या काही दिवसांच्या वावरानं त्या साऱ्या जागेवरचं गवत जमिनीसपाट

झालं होतं.

त्या जागेत कळप थांबताच नर बाजूला झाला.

वेदनेनं व्याकूळ झालेली ती मादी मोकळ्या जागेत बसली. क्षणात आडवी झाली. पाय ताणवून तिनं साऱ्या अंगाला ताण दिला. काही क्षण मादी तशीच पडून राहिली आणि पुन्हा सरळ बसली. असह्यपणे उठली.

साऱ्या माद्यांनी तिच्याभोवती कोंडाळं केलं होतं.

माद्यांच्या कोंडाळ्यापासून बाजूला उभ्या असलेल्या नराची नजर चौफेर फिरत होती. मनात डोकावलेल्या शंकेनं तो बेचैन झाला होता. बारीक नजरेनं चारी दिशा न्याहाळत होता. बारीक नजरेनं बघूनही काहीच नजरेत येत नव्हतं.

पण मनातली शंका दूर होत नव्हती.

अचानक गव्याची नजर स्थिर झाली.

लांब-गर्द झाडीच्या बुंध्यालगत झुडपांत काळ्या-पिवळ्या पट्ट्यांवर त्याची नजर खिळली. आता शंकेला जागा उरली नव्हती.

गव्याचा सारा संताप उफाळून आला.

पायांच्या खुरांनी गव्यानं माती उडवली आणि त्यानं झुडपाच्या दिशेनं मुसंडी मारली.

किरण साधून बसलेला वाघ सावध होता.

अंगावर आलेलं प्रचंड धूड बघून त्यानं विश्वासानं झेप घेतली. वाघाची झेप पोहोचायला आणि गव्यानं मानेला हिसडा द्यायला एकच गाठ पडली.

त्या धक्क्यानं वाघ कोलमडून मागे धडपडला.

तो सावरून उठत असतानाच गव्याची धडक त्याच्यावर आदळली. त्या धडकेनं वाघाच्या साऱ्या अंगातून चमक उठली.

चपळाई करून वाघ मागे सरला.

खूर नाचवत, गवा परत पवित्रा घेत असतानाच वाघानं पाठ फिरवली.

बघता बघता वाघ झाडीत दिसेनासा झाला.

वाघ दिसेनासा झाला, तरी गवा संतप्तपणे वाघ गेलेल्या दिशेकडे

बघत होता. नाक फेंदारत होता. भुसकारे सोडत होता.

फांदीवर बसून बघणाऱ्या शेकऱ्यानं 'चिर्ऽ' करून आवाज केला.
वाघ झाडीत दिसेनासा झाला होता.
संकट दूर गेलं होतं.
शेकऱ्यानं पाहिलं.
गवा माघारी आला होता.

साऱ्या माद्यांनी बेचैन मादीभोवती कडं केलं होतं.
आडवी झालेली मादी आता प्रसूतिवेदनांनी तळमळत होती.

गवा माघारी आला होता, तरी त्याचं लक्ष चौफेर होतं. वाघानं माघार घेतली असली, तरी तो जवळपास कुठं तरी दबा धरून बसलेला असणार याची खात्री गव्याला वाटत होती.
वाघानं प्रसूतिवेदनांनी तळमळणारी मादी पाहिली होती.
आणखी काही क्षणांनी जमिनीवर पाय टेकणाऱ्या कोवळ्या वासराचा अंदाज त्यानं घेतला आहे. ती संधी वाघ सोडणार नाही.
गवा आता अधिकच सावध झाला.

वेदनेनं व्याकूळ झालेल्या मादीनं नवीन जिवाला जन्म दिला होता. विकलांग झालेली ती मादी काही क्षण तशीच पडून राहिली.
नुकतंच जन्मलेलं वासरू जमिनीवर पाऊल टेकण्याची धडपड करीत होतं.
मादी उठली. तिच्या मागच्या पायांवर लालबुंद वार लोंबत होती. साऱ्या वेदना विसरून ती वासराला चाटत होती. आपल्या खरखरीत जिभेनं तिनं वासराला बघता बघता तकतकीत केलं.
कडं केलेल्या माद्यांतील एक मादी पुढं झाली होती.
वासराला चाटत होती.
आता वासरू लटलटणारे पाय स्थिर करून उभं होतं. रेकत होतं.

उंच शेंड्यावरून शेकरा बघत होता. हे कोवळं वासरू मादीच्या

पोटाखाली जाऊन हुंदाडत होतं.

मादी त्याला चाटत होती.

साऱ्या माद्या बघत उभ्या होत्या.

शेकऱ्याला नजर काढवेना.

दुसऱ्याच क्षणी त्याच्या मनात चमक उठली. गवा उभा होता, तिकडं त्यानं पाहिलं.

गव्याची सावध नजर, जिथून वाघ नाहीसा झाला होता, तिकडं खिळली होती.

शेकऱ्यानं क्षणात ओळखलं. वाघाची चाल त्याला माहीत होती.

गव्याला चकवून तो उलट्या बाजूनं येईल.

शेकऱ्यानं आपली लालबुंद नजर वळवली.

शेकरा बसला होता, त्याच बाजूनं वाघ दबकत सरकत होता.

'च्याऽक्ऽऽ च्याऽकऽऽ' शेकऱ्याचा विचित्र आवाज उठला.

शेकरा या फांदीवरून त्या फांदीवर आवाज करीत झेपावू लागला.

त्या विचित्र आवाजानं गव्याचे कान अधिकच तिखट झाले. नजरेत संतापाची लाट उमटली.

येणाऱ्या आव्हानाला सामोरं जायला गवा सिद्ध झाला.

पण वाघाची दिशा त्याला कळत नव्हती.

पाय घट्ट रोवून, पवित्रा घेऊन तो उभा होता...

शेकऱ्याच्या विचित्र आवाजानं संतप्त झालेला वाघ झाडीतून एकदम बाहेर आला.

त्यानं मोठ्यानं डरकी फोडली.

सारं रान थरारलं.

आवाजाच्या दिशेनं गवा गरकन वळला.

डरकी फोडणारा वाघ काही अंतरावर उभा होता.

गव्याची नजरानजर होताच वाघानं परत डरकी फोडली.

काही क्षण गवा एकटक नजरेनं बघत राहिला...

सरळ झेप घेण्याचं धाडस वाघाला होत नव्हतं. काही क्षणांपूर्वी बसलेली धडक तो विसरला नव्हता.

डरकीनं माद्या उधळतील.

गवाही जाईल.

राहील फक्त कोवळं वासरू!

पण वाघाचा अंदाज साफ चुकला होता.

त्या डरकीनं माद्या उधळल्या नाहीत, ना गव्यानं भीती घेतली. वासराला मध्ये घालून माद्या तशाच उभ्या होत्या.

नरावर त्यांचा पुरा भरवसा होता!

— आणि नर पाय घट्ट रोवून उभा होता. नजर खिळवून होता.

वाघाला झेपावण्याचं बळ उरलं नाही. तो गरकन वळला आणि झाडीत दिसेनासा झाला.

गव्यानं खूर नाचवले. जमिनीवरच्या मातीनं सारी जागा भरून गेली...

गवा थांबला. आनंदानं ओरडला.

साऱ्या दरीतून गव्याचा आवाज घुमत राहिला.

गवा आता शांत झाला होता. निर्धास्त होऊन तो वळला.

एकत्र झालेल्या माद्यांच्या जवळ आला. त्यानं पाहिलं.

साऱ्या माद्यांमध्ये असलेलं ते वासरू स्थिर पावलांनी हुंदडत होतं.

गव्यानं एका मादीला ढोसणी दिली. त्या इशारतीनं मादीनं पाऊल उचललं. वासराला मध्ये घालून साऱ्या माद्या कड्याची वाट चालू लागल्या.

कड्याची अरुंद वाट चढताना आता कोणाच्याही मनात भीती उरली नव्हती.

सायंकाळच्या वाऱ्यात सारं रान सळसळत होतं.

★

सागाचं बी खाऊन तृप्त झालेला शेकरा मजेनं रानात फिरत होता. बेहडा, टेंभुर्णी, रानवेल अशा विविध वृक्ष, वेली फळांनी बहरलेल्या असताही शेकरा तिकडं बघत नव्हता.

दुपार होईपर्यंत शेकरा रानात भटकत होता.

स्वच्छंदी भटकणाऱ्या शेकऱ्याच्या कानांत घोंगावणारा आवाज

शिरला. नकळत शेकऱ्यानं वर पाहिलं.

मधमाश्यांचा काळाभोर थवा घोंगावत जात होता.

शेकऱ्या ज्या वृक्षावर होता, तो वृक्ष मधमाश्यांच्या थव्याच्या सावलीनं काही काळ झाकोळला.

शेकऱ्यानं नकळत अंग चोरून घेतलं.

बघता बघता मधमाश्यांचा थवा दृष्टिआड झाला.

तरीही शेकरा बघत होता. कानांत आवाज घुमत होता.

आता या रानातले मधमाश्यांचे थवे एकापाठोपाठ जागा सोडणार.

हे रान सोडून लांबवर जाणार.

काही दिवसांतच आकाशात काळे ढग जमतील.

गार वारा रानावर फिरेल.

उभा पाऊस रानाला भिजवेल.

पावसाळ्याचा सुगावा या मधमाश्यांना लवकर लागतो.

पाऊस संपला की, परत येतील.

शेकरा भानावर आला. सूर्याची उभी किरणं रानावर पडली होती.

शेकऱ्यानं डोहाची वाट धरली. सकाळपासून रान पालथं घालून, शेकरा डोहाच्या काठच्या वृक्षावर आला. त्यानं आपलं घरटं गाठलं.

डोहाचं नितळ पाणी सूर्यकिरणांत चमकत होतं. त्या शांत पाण्याच्या काठावर काळीभोर खेकडी फिरत होती. नांग्या पसरून फेंगड्या पायांनी फिरणारी खेकडी बघताना शेकरा सारे श्रम विसरला होता.

अचानक नितळ पाण्याचा तळ हलला.

त्या शांत पाण्याच्या तळातूनच पोहत एक भलीमोठी सुसर डोहाच्या काठाला लागली. आपलं निमुळतं डोकं तिनं पाण्याबाहेर काढलं. त्या शांत पाण्यात हळुवार लाटा उमटल्या.

बघता बघता शांत झाल्या.

सुसरीनं आपल्या मिचमिचत्या डोळ्यांनी समोर लांबवर पाहिलं.

कुठंच काही नजरेत आलं नाही.

सुसर सावकाशपणे बाहेर आली.

काठावरचे खेकडे पटापट पाण्यात शिरले.

सुसर पाण्याबाहेर आली आणि काठावरच्या मोकळ्या जागेत विसावली. तापणाऱ्या उन्हाचं सुख घेत ती पडून होती. अंग शेकत निपचित पडलेली ती सुसर झाडाची वठलेली फांदी पडावी, तशी दिसत होती.

पडलेल्या सुसरीनं आपलं तोंड सताड उघडं सोडलं होतं.

तिच्या जबड्यातले दात उन्हात चमकत होते.

सुसर बराच वेळ निपचित पडून होती.

तोंड तसंच सताड उघडं.

मिटलेले डोळे.

अचानक तिच्या मस्तकावर नाजूक पावलांच्या नख्या टेकल्या.

डोळे न उघडताही सुसरीला कळलं.

ज्यांची प्रतीक्षा सुसर करीत होती ते पक्षी आले होते.

सारे पक्षी सुसरीच्या तोंडाजवळ निर्धास्तपणे वावरत होते. आपल्या लांबसडक चोचींनी सुसरीच्या दातांत अडकलेलं अन्न टोकरून खात होते.

बघता बघता त्या पक्ष्यांनी अधाशीपणानं सुसरीच्या दातांच्या साऱ्या फटी मोकळ्या केल्या.

तोंड वासून पडलेल्या सुसरीला आता तरतरीत वाटत होतं.

पक्षी गेले तरी चालणार होतं.

सुसरीनं तोंड मिटलं आणि तिनं शरीराची हालचाल केली.

— आणि भ्यालेले पक्षी भरकन उडाले.

सुसरीला आता त्यांची गरजही नव्हती.

उन्हात तापलेली आणि जबड्यातल्या दातांच्या फटी मोकळ्या झालेली सुसर आता तरतरीत झाली होती. त्या मोकळ्या जागेत काही वेळ ती तशीच पडून राहिली.

उन्हं कलली तशी सुसर सरपटत डोहाच्या काठाला आली. सावकाशपणे पाण्यात उतरली. काठाजवळच तिनं पाण्यात आपलं सारं अंग लपवलं.

निमुळतं तोंड पाण्याबाहेर ठेवून, बारीक नजरेनं ती लांबवर बघत राहिली.

सुसरीला फार काळ वाट बघावी लागली नाही.

भुऱ्या रंगाचं, पांढरट शेपटीचं, कान पाखरून नाजूक पावलांनी येणारं भेकर सुसरीच्या नजरेत आलं. तकतकीत अंग तिरप्या किरणांत चमकत होतं.

सुसरीनं आपलं निमुळतं तोंड पाण्यात लपवलं.

बारीक लाटा पाण्यावर उमटल्या. क्षणात विरल्या.

सारं पाणी शांत झालं.

पाण्यात पाय टाकण्याआधी भेकरानं परत एकवार चारी बाजूंना नजर टाकली. त्याच्या नजरेतली भीती नाहीशी झाली.

सावधपणानं ते डोहाच्या काठावर आलं.

आपल्या घरट्यात असलेल्या शेकऱ्यानं समोरच्या फांदीवर झेप घेतली. 'चिर्ऱ्ऽ चिर्ऱ्ऽ' ओरडून त्यानं भेकराला सावध करण्याचा प्रयत्न केला.

त्या आवाजानं भेकरानं उचललेलं पाऊल वरच ठेवलं. क्षणात त्याचे कान टवकारले गेले; क्षणभर त्याचं लक्ष फांदीवरून झेपावणाऱ्या शेकऱ्याकडं गेलं.

शेकऱ्याला काय झालं? का ओरडतो?

भेदरलेल्या नजरेनं भेकर बघत होतं.

नजरेत काहीच येत नव्हतं.

शेकरा फांदीवर बसून बघत होता.

भेकरानं उंचावलेला पाय खाली टेकला. सावकाश पावलं टाकीत ते पाण्याजवळ आलं.

पाण्यात पाय टाकण्याआधी परत एकवार भेकरानं चौफेर पाहिलं.

— आणि त्यानं समोरचे दोन्ही पाय पाण्यात टाकले.

भेकरानं पाण्याला तोंड लावलं.

सावधपणानं पाणी पिणाऱ्या भेकराच्या पाण्यात बुडलेल्या पायांतून

असह्य वेदना उठली. 'मॅक्' करून ते असहायपणे ओरडलं. तोंडातलं पाणी उडालं. साऱ्या शक्तीनिशी उडी घेण्यासाठी ते धडपडलं. पण पाण्यातले पाय उचलले नाहीत.

उडी घेण्यासाठी धडपडलेलं भेकर पाण्यात कोलमडलं. पाठीमागच्या पायांची धडपड चालू असतानाच ते पाण्यात ओढलं जात होतं. त्याच्या मॅक् मॅक् ओरडण्याच्या आवाजानं सारा डोह भरून गेला होता. त्याच्या धडपडीनं पाणी उसळत होतं. उठलेल्या लाटांनी सारा डोह भरून गेला होता.

हे सारं क्षणभरच!

भेकरासह सुसरीनं खोल पाण्यातली कपार गाठली होती.

शेकरा बसल्या जागेवरून पाहत होता.

डोहाचं पाणी आता शांत झालं होतं.

साऱ्या लाटा विरल्या होत्या.

★

दुपार चढत असता त्या गर्द झाडीतून आपल्या वाटेनं हत्तींचा कळप चालला होता. साऱ्या माद्यांच्या मागून तो उमदा नर आपल्याच मस्तीत चालला होता. त्या उमद्या गजेंद्राचं रूप देखणं होतं. लांबलचक सुळे त्याची मिजास वाढवीत होते. रुंद कान पावलोपावली हेलकावत होते.

कपाळावरून ओघळणाऱ्या मदानं गजेंद्राच्या गुंजीडोळ्यांत बेभानतेची छटा उमटली होती.

पुढं चालणाऱ्या माद्यांनी प्रवाहाची वाट धरली होती.

कड्याच्या पायथ्यापासून वाहणाऱ्या प्रवाहाला खळखळाट होता. दोन्ही बाजूंच्या उतारांवरून येणारे ओहोळ त्या प्रवाहात सामावत होते. भरल्या अंगानं प्रवाह खाली झेपावत होता.

खळाळून वाहणारा प्रवाह जिथं संथ झाला होता, तो प्रदेश सपाट होता. त्या सपाट प्रदेशातून संथपणे वाहणाऱ्या प्रवाहाला पसरटपणा आला होता.

दोन्ही बाजूंनी वेढलेल्या दाट वृक्ष-वेलींनी तो पसरट प्रवाह बंदिस्त झाला होता.

त्या पसरट प्रवाहाच्या काठाला हत्तींचा कळप आला.

प्रवाहाकाठी येताच गजेंद्र सोंड हलवत, झुलत उभा राहिला. त्याची नजर कळपावर होती. कळपामध्ये वावरणाऱ्या तरुण नरावर त्याची नजर फिरत होती.

तो तरुण नर आपली सोंड माद्यांच्या अंगांना घासत होता.

माद्या नाराजी दाखवत नव्हत्या.

अचानक गजेंद्रानं आपली सोंड उंचावली.

सारी दरी गजेंद्राच्या तुतारीनं घुमली.

माद्या जागेला थांबल्या. कळपातला तरुण नर कळपातून बाजूला झाला.

काठावर थांबलेला कळप प्रवाहात उतरला. पाठोपाठ तो तरुण नरही पाण्यात शिरला.

प्रवाहात मनसोक्त डुंबणाऱ्या माद्यांच्या अंगांवर तो तरुण नर सोंडेनं पाणी उडवत होता. लगट करण्याचा प्रयत्न करीत होता.

काठावर उभ्या असलेल्या गजेंद्राच्या ध्यानी तो प्रकार यायला उशीर लागला नाही. क्षणात त्याचा संताप उफाळला. त्यानं सोंड उंचावून भयंकर तुतारी फुंकली. त्या आवाजानं साऱ्या माद्या सावध झाल्या. स्वच्छंदी जलक्रीडा करणाऱ्या माद्यांचा खेळ क्षणात थांबला.

तरुण नरानं नाराजीनं आपली सोंड पाण्यात बुडवली.

गजेंद्र पाण्यात उतरला.

गजेंद्र पाण्यात उतरलेला बघताच तरुण नर सावकाशपणे माद्यांपासून दूर सरला.

गजेंद्र माद्यांच्या मध्ये आला होता. माद्यांच्या अंगांवर सोंडेनं पाणी फवारत होता.

क्षणापूर्वीची माद्यांची भीती सरली होती. गजेंद्रासह जलक्रीडा करण्यात त्या दंग झाल्या. दूर सरलेल्या तरुण नराचं भान त्यांना राहिलं नव्हतं.

सूर्य कलेपावेतो त्यांची जलक्रीडा चालू होती.

जलक्रीडेत दंग असलेल्या गजेंद्राला आता भुकेची जाणीव झाली

होती. प्रवाहातून तो काठावर आला.

पाठोपाठ साऱ्या माद्याही बाहेर आल्या.

प्रवाहाच्या काठानं पाण्यातूनच गजेंद्र चालला होता.

सारा कळप मागून चालला होता.

पाण्यात पडणाऱ्या पायांचा आवाज साऱ्या दरीत घुमत होता...

प्रवाहाच्या काठानं वृक्षावरून झेपावणाऱ्या शेकऱ्याच्या कानांवर पाण्यातला डुबुकऽ डुबुकऽ लयबद्ध आवाज आला. त्या आवाजाची शेकऱ्याला गंमत वाटत होती.

शेकरा नकळत प्रवाहाकाठी आवाजाचा शोध घेत झेपावला.

— आणि त्या हत्तींच्या कळपाचं दर्शन त्याला झालं.

पाण्यातून पावलांचा आवाज करीत जाणारा गजेंद्र मधेच सोंड पाण्यात बुडवत होता. सोंडेत पाणी घेत होता. मागून येणाऱ्या माद्यांवर पाणी उडवत होता.

जाता जाता पालवी तोडत होता. तोंडात घालत होता.

मदस्रावामुळे मस्तकात उठणारी कंड गजेंद्राला बेभान करीत होती. मधूनच तो झाडाला धडक देत होता. त्या धडकेनं मस्तकात कळ उठत होती.

पण ती कळ त्याला सुखावत होती.

साऱ्या कळपाला ते कळत होतं. पण गजेंद्रानजीक जाण्याचं कुणाचं धाडस होत नव्हतं. थोडं अंतर राखूनच तो कळप गजेंद्रामागून जात होता.

गजेंद्राचा प्रमत्तपणा चालूच होता.

अचानक गजेंद्राची नजर काठावरच्या वेळूच्या बेटावर गेली. त्या वेळूबेटातला एक वेळू भला जाडजूड होता. आकाशात उंच चढला होता.

एवढा जाड!

एवढा उंच!!

गजेंद्राच्या मस्तकात सणक उठली.

दुसऱ्याच क्षणी गजेंद्राच्या सोंडेचा विळखा त्या वेळूभोवती आवळला गेला.

एकमेकांत गुंतलेलं वेळूचं बेट गदगदून हललं.

गजेंद्राचं सारं बळ सोंडेत एकवटलं होतं.

वेळू काड्कन मोडला.

पण तो एकमेकांत गुंतलेला वेळू गजेंद्राला दाद देत नव्हता. गजेंद्राचा संताप वाढत होता.

मोठ्या प्रयासानं बाहेर आलेल्या वेळूच्या लांब तुकड्यावर गजेंद्र तुटून पडला. वेळूचे तुकडे करीत असता त्याचा बेभानपणा वाढला होता. त्याच बेभानतेत गजेंद्रानं एक तुकडा सोंडेत धरला. गरगर फिरवला आणि आकाशात उडवला...

त्या वेळूच्या बेटानजीकच मोकळ्या जागेत एक महाभुजंगांची जोडी जुळत होती. तिरप्या किरणांत ती महाभुजंगांची पिवळीजर्द जोडी देहभान विसरून शेपटांवर उभी होत होती.

क्षणात जमिनीवर कोसळत होती.

जमिनीवर कोसळताच महाभुजंग आपला फणा झुलवत मादीच्या नजरेत बघत होता.

मादीच्या नजरेनं आणखीन बेभान बनत होता.

दोघांचा विळखा शेपटीवर उभा होत होता.

अचानक वेळूचा लांबझोक तुकडा महाभुजंगाच्या शेपटीनजीक पडला. वेळूच्या तुकड्याच्या ओझरत्या स्पर्शानं महाभुजंग एकदम जमिनीवर कोसळला. मादीपासून अलग झाला.

प्रणयधुंद नजरेत क्षणात संताप फुलला.

फणा काढून त्यानं संतापानं फूत्कार सोडला.

वेळूच्या तुकड्यावर नजर खिळवून महाभुजंग फूत्कारत होता.

प्रणयभंग करणारा वेळूचा तुकडा कसा आला?

महाभुजंग कारण शोधत होता.

त्याची बारीक नजर फिरत होती.

जिव्हा लवलवत होत्या.


— आणि त्याच्या नजरेत गजेंद्र आला.

गजेंद्र नजरेत येताच महाभुजंगानं फूत्कार सोडून आपला फणा जमिनीवर आपटला.

गजेंद्राची नजर महाभुजंगावर गेली आणि सारा प्रकार गजेंद्राच्या ध्यानी आला. गजेंद्राचा बेभानपणा क्षणात ओसरला.

पण त्याआधीच महाभुजंग गजेंद्राच्या दिशेनं झेपावला होता.

महाभुजंगाच्या अनपेक्षित चालीनं गजेंद्र क्षणभर गोंधळला. नकळत दोन पावलं मागे सरला. पाण्याची तमा न बाळगता महाभुजंग पुढं झेपावला होता. त्या उथळ पाण्यावर महाभुजंगाचं अर्धं शरीर उभं झालं होतं. नजर गजेंद्रावर रोखली होती.

आता गजेंद्रही सावरला होता. त्यानं महाभुजंगाचं आव्हान स्वीकारलं.

आपली गुंजीनजर महाभुजंगावर खिळवून गजेंद्रानं सोंड आखडली आणि तो हल्ल्यासाठी सज्ज झाला.

पाण्यात असूनही महाभुजंग मागे सरत नव्हता. प्रणयभंग करणाऱ्या गजेंद्राचा वेध घेणं एवढंच महाभुजंगाला समजत होतं.

गजेंद्राचा अंदाज घेणाऱ्या महाभुजंगानं पाण्यावर उभ्या असलेल्या आपल्या शरीराला विजेच्या चपळाईनं झोक दिला. पण त्याच्या झेपेचा अंदाज असलेल्या गजेंद्रानं चपळाईनं ती झेप चुकवली.

महाभुजंगाचा फणा पाण्यात शिरला.

गजेंद्रानं ती संधी घेतली. महाभुजंग पाण्याबाहेर तोंड काढत असतानाच गजेंद्राचा पसरट पाय महाभुजंगाच्या डोक्यावर टेकला होता. गजेंद्र पायावर भार देत असतानाच महाभुजंग पायाखालून सरकला.

गजेंद्र विश्वासानं पायावर भार देत असतानाच महाभुजंगाचा फूत्कार त्याच्या कानांवर आला.

गजेंद्र गरकन वळला.


महाभुजंगानं आता पवित्रा बदलला होता. गजेंद्राच्या समोरून बाजूला होण्याचा त्याचा प्रयत्न चालू होता. विजेच्या चपळाईनं झेपावत होता.

— गजेंद्र गरकन वळून त्याला सामोरा घेत होता; पायाखाली दाबण्याचा प्रयत्न करीत होता.

उथळ पाणी हत्तीच्या गिरक्यांनी घुसळत होतं.

ती झुंज सारा कळप बघत होता.

गजेंद्रही आता भडकला होता. महाभुजंगाच्या रोखानं त्यानं सोंडेला वेगानं झोक दिला आणि महाभुजंगानं सोंडेचा वेध घेण्यासाठी चपळाई केली. महाभुजंगाचा अंदाज घेऊन सोंडेला दिलेला झोक.

गजेंद्राचा अंदाज चुकला नाही.

गजेंद्राच्या समोरच महाभुजंगाचा फणा पाण्यावर आपटला.

— आणि गजेंद्रानं उचललेला पाय वेगानं खाली आणला.

पाय खाली रेटत असतानाच गजेंद्रानं मान खाली वळवली. सोंड पाण्याजवळ आली.

— आणि सोंडेतून एक असह्य वेदना मस्तकात शिरली.

महाभुजंग बाजूला होत असतानाच गजेंद्राचा दुसरा पाय त्याच्या शरीरावर पडला.

त्या अजस्त्र पायाखाली महाभुजंग आला होता.

गजेंद्राची सारी शक्ती आता पायात उतरली होती.

क्षणाक्षणाला महाभुजंगाच्या पाण्यावर थडथडणाऱ्या शेपटीचा जोर ओसरत होता.

काही क्षणांतच गजेंद्राच्या पायाखाली सापडलेल्या महाभुजंगाच्या शेपटीची वळवळ थांबली.

गजेंद्रानं सोंड उंचावून आवाज दिला.

त्या आवाजानं भानावर आलेला शेकरा थरारून गेला. विस्फारित नेत्रांनी तो समोर बघत होता.

गजेंद्राच्या विजयानं साऱ्या माद्या आनंदित झाल्या होत्या. पण त्यांचा आनंद फार काळ टिकला नाही.

उंचापुरा, राखी रंगाचा गजेंद्र बघता बघता पाय दुमडून त्या उथळ पाण्यात बसला.

त्याच्या समोरच तो महाभुजंग तरंगत होता.

— पण गजेंद्राची नजर तिकडं वळत नव्हती.

पाण्यात बुडालेली गजेंद्राची सोंड शक्तिहीन बनत चालली होती. त्याचे गुंजीडोळे आपोआप मिटत होते. साऱ्या मस्तकाला बधिरपणा येत होता.

साऱ्या माद्या गजेंद्राभोवती गोळा झाल्या.

गजेंद्र बघण्याचा प्रयत्न करीत होता, पण नजरेसमोरचं धुकं दाट होत होतं. सारा कळप समोर असूनही धूसर झाला होता.

माद्या आपल्या सोंडांनी गजेंद्राला उठवण्याचा प्रयत्न करीत होत्या.

— पण त्यांच्या सोंडांचा स्पर्श गजेंद्राला जाणवत नव्हता.

पाण्यात बसलेला गजेंद्र थरथरत होता.

बघता बघता बसलेला गजेंद्र तसाच पाण्यात कलंडला. त्याच्या सर्वांगाला एक गचका बसला आणि त्याची सोंड कलंडली.

साऱ्या माद्या भीतीनं मागं सरल्या.

सारं बघत असलेला तो तरुण नर पुढं झाला. अचानक त्यानं आवाज दिला.

त्या आवाजानं साऱ्या माद्या सावध झाल्या. त्यांनी पाहिलं. तरुण नर काठावर उभा होता.

बघता बघता साऱ्या माद्या काठावर आल्या. तरुण नराच्या नजरेतली इशारत ओळखून त्यांनी दाट रानाची वाट धरली.

त्या कळपामागून तरुण नरही दिसेनासा झाला.

त्या शांत, उथळ प्रवाहात तरंगणारा महाभुजंग निपचित पडलेल्या गजेंद्राच्या धुडाला लागला होता.

प्रवाह शांतपणे वाहत होता.

★

सूर्य कलला होता.

शेकरा आपल्या घरट्यात बसून होता.

साऱ्या वातावरणात स्तब्धता पसरली होती. वाऱ्याचा मागमूसही नव्हता.

सायंकाळ होत असतानाच सारं रान काळोखीनं भरलं. काळ्या ढगांनी गवसणी घातली होती. त्या ढगांत सौदामिनी चमकत होती.

बघता बघता सारा कडा काळ्या ढगांनी वेढला गेला.

दरीत वारा घोंगावू लागला. सारं रान गदगदू लागलं. क्षणापूर्वीची रानावरची स्तब्धता संपली होती. घोंगावणाऱ्या वाऱ्यानं रानावर फेर धरला होता.

एका विचित्र आवाजानं दरी भरून गेली होती.

काळ्या ढगांतून आता आशनिका लखलखत होती. पाठोपाठ गडगडणारा आवाज दरीत घुमत होता.

आपल्या घरट्यात बसून शेकरा भयभीत नजरेनं बघत होता. शेकरा असा बघत असता डोळे दिपवणारा विजेचा लोळ जवळच कुठं तरी उतरला आणि दुसऱ्याच क्षणी सारं रान हादरवून टाकणारा आवाज घुमला.

शेकऱ्याचं अंग थरकापून गेलं. डोळे गप्पकन मिटले.

आता वाऱ्याचा जोर वाढला होता.

ज्या फांदीवर शेकऱ्याचं घरटं होतं, ती फांदी हेलकावे घेत होती. सुरुवातीला शेकऱ्याला गंमत वाटली. पण जसा वाऱ्याचा जोर वाढला आणि शेकरा बसलेली फांदी दुसऱ्या फांदीवर धडकू लागली, तसा शेकऱ्याच्या मनाचा ठाव सुटला.

घरटं सोडून शेकरा झाडाच्या बुंध्यात आला.

झाडाच्या बुंध्यात बसलेला शेकरा टकमक चौफेर नजर फिरवत होता. काय घडतंय हे त्याला कळत नव्हतं. उघडलेले डोळे केव्हा मिटत होते हेही त्याला समजत नव्हतं.

शेकऱ्याच्या उघड्या डोळ्यांत लख्खकन प्रकाश शिरला. शेकऱ्याचे डोळे आपोआप मिटले.

मिटलेले डोळे उघडत असतानाच कान बधिर करणारा आवाज घुमला.

शेकऱ्यानं आधार घेतलेला झाडाचा बुंधाही हादरला.

शेकरा भीतीनं चिर्ऽ चिर्ऽ ओरडला.

— आणि काय घडतंय हे कळण्याआधीच शेकऱ्यानं झाडाचा शेंडा गाठला.

भयभीत झालेला शेकरा शेंड्यावरून बुंध्यात, बुंध्यातून शेंड्यावर धावत होता. कुठं पळावं, काय करावं हे त्याला कळत नव्हतं.

शेकरा धापावत, अंग चोरून आपल्या घरट्यात बसला होता. डोळे उघडण्याचंही बळ त्याला राहिलं नव्हतं.

अचानक त्याच्या नाकात कसला तरी अनोखा वास शिरला. त्या वासानं शेकरा बेचैन बनला.

नकळत त्याने डोळे उघडले.

त्याची नजर कड्यावर गेली.

सारा कडा मंद प्रकाशानं उजळला होता.

त्या मंद प्रकाशाचा अर्थ शेकऱ्याला कळत नव्हता. विस्फारित नेत्रांनी शेकरा तो पसरणारा तांबडा प्रकाश बघत होता.

कडा उजळत तो लाल प्रकाश पुढं सरकत होता.

रात्र संपली?

एवढ्या अवेळी उजाडलं?

दररोज कड्याच्या माथ्यावरून येणारी तांबूस किरणं –

आज कड्यातून कशी?

शेकरा त्या तांबड्या प्रकाशाचा अर्थ लावण्याचा प्रयत्न करीत होता.

वेगानं पुढं सरकणारा तो प्रकाश चारी दिशांना पसरत होता.

बघता बघता शेकऱ्याच्या कानांत आवाज घुमू लागला.

आजवर न ऐकलेला आवाज!

नाकात शिरणारा अनोखा वास!

शेकरा एकटक नजरेनं बघत होता.

पाला-पाचोळा पेटवत ज्वाळा कडा उतरत होत्या; दरीच्या दिशेनं सरकत होत्या; कडाडून पेट घेणाऱ्या पाला-पाचोळ्यात उभे वृक्ष होरपळत होते. कडाडून फुटत होते.

एका भयानक आवाजानं लय धरली होती.

शेकरा भीतीनं डोळे मिटून बसून राहिला.
नको तो आवाज कानांत घुमत होता.


अखंडपणे कानांत घुमणाऱ्या आवाजात परिचित आवाज मिसळला. मिटल्या डोळ्यांनीच शेकऱ्यानं कानोसा घेतला...
... तो आवाज नव्हता— ज्या आवाजानं कानाचा थरकाप झाला.
वाघ पाठीवर घेऊन धावणारी चितळं?
त्यांच्याच खुरांचा आवाज!


शेकऱ्यानं डोळे किलकिले केले.
— आणि चौखूर उधळत आलेली चितळं डोहाच्या काठावर धापावत उभी असलेली त्याच्या नजरेत आली.


अशा अवेळी कळप का धापावत आला?
निवारा सोडून पाण्याकडं?
कसल्या भीतीनं ही इथं आली?


शेकऱ्यानं नजर वळवली.


चारी दिशा व्यापून आग पुढं सरकत होती. सारी दरी उजळून गेली होती. भडकलेल्या ज्वालांना बेभान वारा भडकवत होता.
— आणि अडचणीच्या जागी विसावलेले जीव जिवाच्या भीतीनं उधळत होते.
डोहाच्या दिशेनं, प्रवाहाच्या दिशेनं धावत होते.
त्या तांबड्या प्रकाशानं दरीतून वाहणारा प्रवाह चमकत होता.
पाठीमागच्या आगीच्या भीतीनं उधळली जनावरं प्रवाहात उतरत होती. प्रवाह पार करून पलीकडच्या रानात शिरत होती...
धापावत उभ्या असलेल्या चितळांचा कळप एकटक नजरेनं त्या

भयानक ज्वाला बघत होता. त्याच वेळी मुसंडी मारून आलेलं भलंमोठं डुक्कर चितळांना ओलांडून डोहाच्या काठी उभं राहिलं. त्याच्या पाठोपाठ झेपावत आलेली वाघांची जोडी चितळांच्या कळपाला लागूनच थांबली. उधळत आलेल्या गव्यांनी डोहाचा काठ जवळ केला. हत्तींचा कळपही त्या गर्दीत घुसला.

भडकलेली आग पाला-पाचोळा पेटवत, उभी झाडं होरपळत पुढं सरकत होती. दरी उतरून गेलेली आग प्रवाहाच्या काठाला थांबत होती. प्रवाहाच्या काठानं पेटत डोहाच्या दिशेनं सरकत होती.

जिवाच्या भीतीनं डोहाकाठी, डोहात उभे असलेले जीव भयभीत होऊन उभे होते.

कुणाच्या मनात कुणाची भीती नव्हती.

भक्षकाची भीती मनात नव्हती.

ना सावज बघून भूक भडकत होती.

जीव वाचवणं प्रत्येकाला मोलाचं वाटत होतं.

अचानक गार वाऱ्याचा झोत फिरला.

लांबवर विजेचा लोळ उतरला.

परत एकवार सारी दरी गडगडली.

— आणि बघता बघता टपोरे थेंब डोहाच्या पाण्यात आवाज करू लागले. डोहाकाठी गर्दी करून उभ्या असलेल्या जनावरांची अंगं त्या टपोऱ्या थेंबांनी भिजत होती. त्या भिजण्यात त्यांना समाधान वाटत होतं.

हळूहळू उजळून गेलेला तो उंच कडा परत अंधारला.

बघता बघता कडा अंधारात गडप झाला.

काठावरची सारी जनावरं तशीच उभी होती.

विस्फारित नेत्रांनी शेकरा बघत होता.

पाऊस ओसरला.

वाराही थांबला.

साऱ्या रानावर एक भयानक शांतता नांदू लागली.

रात्र चढत होती. शेकरा तसाच बसून होता.
त्याची झोप पार उडाली होती.
डोहाचा काठ मोकळा झाला होता. आवाज न करता सारी जनावरं अंधारात पांगली होती. आपल्या वाटांनी गेली होती.

रात्र चढत असूनही रानावर रातकिड्यांचा आवाज नव्हता.
त्या भयाण अंधाराकडे बघत शेकरा जागत होता.

★

साऱ्या रानावर उजेड पसरला.
शेकरा आपल्या घरट्यात बसून होता. बसल्या जागेवरून रानावर नजर टाकीत होता. अर्धवट जळलेल्या झुडपांतून कुठंतरी धुराची वलयं उठत होती. रानावर पसरत होती.
ऊन चढू लागलं, तसं रानाचं काळवंडलेलं रूप स्पष्ट दिसू लागलं.
जळलेल्या पाला-पाचोळ्याची काळी राख पायांशी घेऊन जळके वृक्ष उभे होते. हिरवी रसरशीत पानं आगीच्या झळांनी होरपळली होती. साऱ्या रानाची कळा पार बदलून गेली होती.
शक्तिपात झालेला शेकरा घरटं सोडत नव्हता.
जे दिसत होतं, त्याचा अर्थ त्याला कळत नव्हता.
घरट्यात बसणं त्याला जेव्हा असह्य झालं, तसा शेकरा घरटं सोडून खाली आला.
काळ्या राखेतून वेड्यासारखा तो जात होता.
जमिनीवरून जाताना वाळल्या पाचोळ्याच्या आवाजाची सोबत हरवल्याची जाणीव होत होती.
शेकऱ्याची बेचैनी वाढली होती.

शेकरा प्रवाहाकाठी आला. त्याची नजर वेळूच्या बेटावर खिळली. उंच वाढलेल्या वेळूबेटातील वेळू आगीनं काळेठिक्कर पडले होते. एरवी

वेळूबेटात कोणाचाही शिरकाव होणं अशक्य होतं. पण आज सारं वेळूबेट विरळ झालं होतं. पलीकडचा उजेड दिसत होता.

खिन्न नजरेनं ते दृश्य बघत असतानाच आपल्या वाटेनं हत्तीचा कळप येत असताना शेकऱ्यानं पाहिला. बघता बघता हत्तींचा कळप प्रवाहात उतरला.

शेकऱ्याला वाटलं, आत्ता हे जलक्रीडेत रमतील.

जळक्या वेळूबेटानजीक थांबलेला शेकरा हे बघत असतानाच हत्तींनी प्रवाह पार केला होता. त्यांनी पलीकडचा काठ गाठला होता आणि प्रवाह पार करून त्यांनी समोरच्या दुसऱ्या गर्द रानाची वाट धरली होती.

बघता बघता हत्तींचा कळप समोरच्या दुसऱ्या रानात दिसेनासा झाला.

त्या रानाकडे कधी न बघणारे हे हत्ती.

मागे न बघता गेले.

परत येतील?

शेकरा आपल्याच विचारात असताना कड्यावरून उठलेला खुरांचा लयबद्ध परिचित आवाज त्याच्या कानांत घुमला. नकळत शेकरा तिकडे पाहू लागला.

शेकरा बघत असतानाच ती तकतकीत काळीभोर जनावरं प्रवाहात उतरली.

हत्ती गेले त्याच वाटेनं सारे गवे दिसेनासे झाले.

सारा दिवस शेकरा प्रवाहाच्या काठावर वावरत होता. डोळ्यांसमोर दिसत असलेल्या दृश्यानं त्याच्या जिवाचा थारा उडाला होता.

सायंकाळ होत असताना थकलाभागला होऊन शेकरा डोहाकाठी आला. सारा दिवस रानात फिरून त्याचं सारं अंग काळवंडलं होतं. रानातली त्याची ठिकठिकाणची सारी घरटी आगीच्या भक्ष्यस्थानी पडली होती.

डोहाकाठचं एकच घरटं उरलं होतं.

शेकऱ्याला त्या घरट्यात जावंसं वाटत नव्हतं.

जमिनीवरूनच तो उंच झाडावरचं घरटं बघत होता.

दोन दिवस शेकरा जळक्या रानात सैरभैर फिरत होता.
शेकरा भूक विसरला होता.
तहान विसरला होता.
काय झालं?
कसं घडलं?
मनात गोंधळ माजला होता. त्याला काहीच कळत नव्हतं.

दुपार टळत आलेली. तहानेनं व्याकूळ झालेला शेकरा डोहाचं पाणी पिऊन घरट्यात आला. त्या थंडगार पाण्यानं त्याला थोडी हुशारी वाटत होती.
शेकरा आपल्या घरट्यात आला.
घरट्यातून त्याची नजर लांबवर फिरत होती.

मोकळ्या जागेत त्या मातीवर सुसर पडली होती. तिच्या वासलेल्या जबड्यातले दात दिसत होते.
एकही पक्षी त्या बाजूला फिरकत नव्हता.
बारीक नजरेनं बघूनही कोणी दृष्टीत येत नव्हतं.
कंटाळलेल्या सुसरीनं आपला जबडा मिटला.
सुसर पलटली. सावकाशपणे सरपटत ती जात होती. पण आता तिचा सरपटण्याचा रोख डोहाकडे नव्हता. डोहाची वाट सोडून तिनं प्रवाहाची वाट धरली होती.
सुसर डोहातून निघालेल्या प्रवाहात शिरली आणि सरळ दरीच्या रोखानं प्रवाहाबरोबर जाऊ लागली.

सुसरीनंही हे रान सोडलं होतं.

रानावर अंधार पसरत होता.
हुप्प्यांचा परिचित आवाज नाही.
पक्ष्यांची किलबिल नाही.
सारेच आवाज असे बंद का झाले?

शेकऱ्याच्या मनात एकटेपणाची भीती घर करीत होती.

— आणि रानावर पसरत असलेल्या अंधारानं रान अधिकच काळवंडत होतं.

★

## ।। दोन ।।

गेले कित्येक दिवस काळ्या ढगांनी ग्रासलेला उंच कडा सूर्यकिरणांनी उजळून गेला. पाऊस संपला, तरी कड्यावरून चारी वाटांनी दरीकडे झेपावणारे प्रवाह कमी झाले नव्हते.

पाणलोटांनी जंगलातली सारी राख प्रवाहात मिसळली होती.

विरळ झालेल्या रानातली जमीन उघडी पडली होती.

बेसुमार झालेल्या पावसानं सारं रान चिंब झालं होतं. जळून राख झालेल्या जमिनीला अंकुर फुटत होता.

काळवंडलेली जमीन हिरवळत होती.

पाऊस संपला की, रानाचा घनदाटपणा केवढा वाढायचा!

सूर्याची किरणंही अडायची!

वाऱ्याच्या झोतानं साऱ्या रानाची सळसळ व्हायची.

ती सळसळ कुठं गेली?

त्या भयानक ज्वालांनी काय राखलं या रानात?

आपल्या डरकीनं साऱ्या रानाला आव्हान देणारा वाघ.

रानाचा राजा! तोच गेला रान सोडून.

मग हुप्प्यांनी तरी का राहावं?

साऱ्या रानाची कळाच बदलली.

मग तू का मागं राहिलास?

कसला मोह वाटला तुला?

ज्या रानात कसली जाग नाही, सोबत नाही...

सारी सोबत हरवून बसलेलं हे रान. ओसाड. बोडकं.

इथं एकाकी राहण्यात काय सुख आहे?

शेकऱ्याची नजर दरीच्या दुसऱ्या बाजूला लांबवर पसरलेल्या त्या रानावर गेली.

या रानासारखंच ते रान असेल?

त्या रानात आसरा घेतलेल्या साऱ्यांना आसरा मिळाला असेल?

त्या नव्या जागेत सारे जगतील?

या रानाची आठवण विसरतील?

गेलेल्यांचा विचार कशाला?

तू राहिलास. तुझा विचार कर.

एकाकी जगायचं असलं तर राहा, नाहीतर...

नाहीतर काय? इतरांनी वाट दाखवली, ती धरायची?

बसल्या जागी शेकऱ्याची झुपकेदार शेपटी पाठीवर फिरत होती. डोळ्यांची उघडझाप होत होती.

जे व्हायचं ते या रानातच होईल.

इतरांनी सोडलं म्हणून आपण हे रान सोडणार नाही.

ज्या रानानं जगवलं, वाढवलं, त्या रानाचं वैभव सरलं, म्हणून ते सोडायचं?

नाही. हे रान सोडणार नाही.

शेकरा सारं रान दररोज पालथं घालीत होता. सायंकाळी थकल्या मनानं घरट्यात येत होता. हरवलेली घरटी परत उभारण्याचं मनात येत होतं. पण नवं घरटं बांधायला मन होत नव्हतं.

राहून राहून नजरेसमोर दरीपलीकडचं दुसरं रान नजरेसमोर तरळत होतं.

निग्रहानं शेकरा मनातले विचार दूर सारण्याचा प्रयत्न करीत होता. एकाकी जगण्याचं बळ दाखवीत होता.

पावसाळा सरला. तुरळक रानावर थंडी उतरली. थंडीच्या वाऱ्यानं सारं रान पानगळीच्या चक्रात सापडलं. आधीच तुरळक झालेल्या रानाला आणखीन ओसाडपणा आला. मावळणाऱ्या दिवसाबरोबर

शेकरा आशेनं रात्र जागवत होता. दिवसभर खूळ लागल्यासारखा फिरत होता.

हळूहळू पतझड झालेल्या रानाला नवी पालवी फुटू लागली. त्या विरळ रानाला नवा रंग येऊ लागला. हळूहळू थंडी दबक्या पावलांनी निघून गेली. रानावर उभं ऊन तापू लागलं. कडेकपारींतून अंग भरून वाहणारे ओहोळ अंग चोरून वाहू लागले. अंग भरून वाहणारा प्रवाह तळ दाखवत जाऊ लागला.

फुललेल्या मोहोराच्या सुगंधानं सारं रान दरवळू लागलं.

बदललेल्या दिवसांनी शेकऱ्याची बेचैनी थोडी कमी झाली.

हा मोहोर आता गळेल. फळं धरतील.

परत हुप्पे धावतील. सारं रान गदगदेल.

करमलीची फळं खायला गवे धावतील. धावडा, रानकेळ, हिरडा शोधायला सांबरं येतील... वाघाच्या डरकीनं सारं रान सावध होईल...

शेकरा आपल्याच विचारात हरवला होता...

सारं रान स्तब्ध होतं. वाऱ्याचा मागमूसही नव्हता. कड्यावरच्या आभाळात आशनिका खेळत होती. सारी दरी गडगडत होती.

बसल्या जागी शेकरा थरथरत होता.

अचानक टपोरे थेंब रानावर कोसळू लागले. वाऱ्याच्या झोताबरोबर पाऊस आडवातिडवा झोडपत होता.

पावसाचा आवाज ऐकत शेकरा समाधानानं आपल्या घरट्यात बसला होता.

रान भिजवून आकाश मोकळं झालं. गार वारा रानावर फिरू लागला. त्या वाऱ्याबरोबर भिजलेल्या मातीचा सुगंध रानात दरवळत होता. शेकऱ्याच्या नाकपुड्या फुलल्या होत्या. त्या सुगंधानं त्याचं भान हरपलं होतं.

अचानक शेकऱ्याच्या कानांवर आवाज आला. त्यानं कान टवकारले. त्या टवकारलेल्या कानांत परत आवाज घुमला,

'म्यँऊंक्ऽऽ'

काय होतंय, हे कळायच्या आत शेकरा घरट्याबाहेर झेपावला. जिकडून आवाज आला त्या दिशेनं तो झेपावत होता. त्या आवाजानं

त्याच्या मनाला झालेला आनंद त्याला लपवता येत नव्हता.

झेपावणारा शेकरा एकदम थांबला. त्यानं समोर पाहिलं.

निळाभोर पिसारा थरथरत होता. फिरत होता. त्यावरचे डोळे तिरप्या किरणांत उठून दिसत होते. एक पाय उंचावून, एका पायावर दिमाखात सावकाशपणे फिरणारा तो मोर शेकरा एकटक नजरेनं बघत होता.

— त्याच्या सभोवताली चरणाऱ्या लांडोर मोराकडे बघतही नव्हत्या.

नाचणारा मोर अचानक थांबला. 'म्यँऊंक्ऽ' करून परत एकवार त्यानं आवाज दिला आणि तो भरकन उडाला. पाठोपाठ लांडोरही उडाल्या. क्षणात ती जागा मोकळी झाली.

पण ती मोकळी झालेली जागा शेकऱ्याला सुखावत होती.

रानाला सोबत मिळाल्याचा आनंद त्याला मिळत होता.

★

श्रावणातल्या ऊन-पावसांत साऱ्या रानानं अंगावर हिरवळ घेतली होती. कड्याच्या पायाशी असलेला डोह तुडुंब भरला होता. डोहाच्या सभोवार हिरवळ उठली होती. त्या हिरवळीकडे बघत शेकरा कितीतरी वेळ तसाच बसून होता.

उन्हं वर चढली.

पोटात भूक असूनही शेकऱ्याला घरटं सोडावंसं वाटत नव्हतं.

एकाकीपणाच्या भीतीनं शेकरा बेचैन झाला होता.

— एकाकीपण किती भयानक असतं!

शेकऱ्यानं डोळे मिटले.

मिटल्या डोळ्यांसमोर गर्द रान दिसत होतं...

त्या गर्द रानात रात्रंदिवस जाग होती.

सावधपणा होता.

सावधपणात भीती होती.

पण त्या भीतीलाही एक सोबत होती.

ती भीती कुठं गेली?
तो सावधपणा कुठं गेला?

सारी सोबतच हरवली.

शेकऱ्यानं डोळे उघडले. प्रखर उन्हानं त्याचे डोळे दिपले.
त्या उन्हाकडे बघण्याचं बळ त्याच्यात उरलं नव्हतं.
शेकऱ्याची गोंडेदार शेपूट त्याच्या पाठीवरून फिरत होती.
त्या गर्द रानाच्या आठवणीनं शेकरा सुखावला होता.

गर्द रानाच्या आठवणीनं हरवून बसलेला शेकरा डोळे उघडून समोर
बघू लागला. क्षणभर त्याला काहीच कळलं नाही. बसल्या जागेवरूनच
त्यानं बावरून चारी दिशा टकमक पाहिल्या. त्या नि:स्तब्ध वातावरणानं
तो सावध झाला. क्षणात त्याच्या मनासमोर सारं काही तरळून गेलं.
आपण एकटेच आहोत ही जाणीव त्याला झाली.
एकापाठोपाठ सारी पलीकडच्या जंगलात गेली.
साऱ्यांच्या मागून तू का नाही गेलास?
कोणत्या मोहापोटी राहिलास?
मोह?
या रानानं केवढं सुख दिलं!
जगवलं. वाढवलं.
त्या रानालाच वाईट दिवस आले.
म्हणून त्याला सोडायचं?
सारे गेले, म्हणून आपण जायचं?

शेकऱ्यानं मान झटकली. झरझर तो खाली आला. मनातले सारे
विचार झटकून तो डोहाकाठी आला. हिरवळलेल्या काठानं तो फिरू
लागला.
हिरवळ त्याला सुखावत होती.
शेकरा एकटेपण विसरण्याचा प्रयत्न करीत होता.

डोह सोडून शेकरा बराच लांब आला.

प्रवाहाच्या काठानं जात असता त्याची नजर चौफेर फिरत होती.

हवं ते दिसत नव्हतं.

नको ते जाणवत होतं.

प्रयत्न करूनही एकटेपण विसरत नव्हतं.


शेकरा आवळ्याच्या झाडाखाली आला. जमिनीवर शेपूट टेकवून ताठ बसला. त्याची नजर वर गेली.

झाड पर्णहीन दिसत होतं.

काळ्या तोंडाच्या हुप्प्यांनी हे झाड गदगदायचं.

त्यांच्या आवाजानं सारी दरी घुमायची.

आता हुप्पे नाहीत आणि त्यांचा आवाजही नाही.


शेकरा त्या पर्णहीन झाडावर सरसरत गेला. शेंड्यावर जाऊन त्यानं चौफेर नजर टाकली.

घरट्यात बसून असंच रान निरखायचं!

घरटं!

कुठं आहे घरटं?

त्या भयानक प्रसंगानं रानातली सारी घरटी गेली.

घरट्याच्या आठवणीनं शेकरा क्षणभर बसल्या जागी स्तब्ध राहिला. पण दुसऱ्याच क्षणी तो खाली झेपावला.

जमिनीवर पडलेल्या बारीक काटक्यांतून एक काटकी तोंडात धरून सरळ तो झाडावर आला. जागा हेरून त्यानं तोंडातली काटकी नीट बसवली. एकटेपणाची बेचैनी विसरून शेकरा काटक्या झाडावर नेत होता. नीट बसवत होता.

सायंकाळपर्यंत तहानभूक विसरून शेकरा घरटं तयार करीत होता.

ते घरटं तयार करून शेकरा स्वस्थ बसला नाही. त्यानंतर रानात फिरत असता कैक ठिकाणी घरटी तयार करण्याचा त्यानं सपाटा चालवला होता.

दिवस उलटत होते.

शेकऱ्याची अनेक घरटी तयार होत होती.

एकाकीपण विसरण्याची शेकऱ्याची धडपड बांधलेल्या कैक घरट्यांतून दिसत होती.

★

सूर्य कड्याच्या माथ्यावर आला होता. फिरून फिरून थकला-भागलेला शेकरा प्रवाहाच्या काठावर थांबला. त्याची नजर त्या शांत प्रवाहावर खिळली.

क्षणभर त्याच्या नजरेसमोर तो उन्मत्त गजेंद्र आला.

तो भयानक प्रसंग आजही त्याला डोळ्यांसमोर दिसत होता.

नको त्या आठवणीनं शेकरा बेचैन बनला. मनातले विचार झटकून शेकरा संथ प्रवाहाच्या नजीक आला. पाण्याजवळ येताच त्यानं आपलं निमुळतं तोंड पाण्याला लावलं.

पाणी पिऊन होताच शेकऱ्यानं आपलं मस्तक पाण्यात बुडवलं. त्या गार स्पर्शानं त्याला बरं वाटलं. पुन्हा एकवार त्यानं मस्तक पाण्यात भिजवलं. मस्तक झाडलं आणि तो माघारी वळला.

शेकऱ्याची नजर जिथं वेळूचं बेट होतं, तिकडं गेली. घनदाट वेळू-बन राहिलं नव्हतं. त्या जागी नवीन कोंभ फुटले होते. त्या फुटलेल्या कोंभांकडं शेकरा काही वेळ बघत राहिला. त्याची गोंडेदार शेपूट पाठीवर फिरत राहिली.

वेळूच्या कोंभांवरून शेकऱ्यानं नजर वळवली. त्या जागेपासून जवळच असलेल्या मोहाच्या वृक्षाकडं त्याचं लक्ष गेलं. काही दिवसांपूर्वीच शेकऱ्याचं नवीन घरटं त्या झाडावर तयार झालं होतं.

शेकरा झाडाच्या बुंध्यालगत आला. बुंध्यावर टेकलेले शेकऱ्याचे पाय तसेच राहिले. कसल्या तरी आवाजानं त्याचे कान टवकारले.

घरटं विसरून शेकरा ऐकत राहिला.

कसला आवाज?

त्या अपरिचित आवाजाचा शोध घेत शेकरा जागेलाच खिळला होता. त्याचं सारं अंग फुललं होतं. नजर बारीक झाली होती.

झाडाच्या बुंध्यालगत एक झुडूप होतं. त्या झुडपातून तो आवाज येत होता.

शेकरा सावकाश झुडपाजवळ आला. त्या विरळ झुडपात मातीचा उंचवटा होता. त्या उंचवट्याच्या तळाला एक बीळ दिसत होतं.

त्या बिळातूनच आवाज उठत होता.

भुजंग तर नसेल?

त्या शंकेनं शेकरा सावध झाला. थोडं मागं सरकला. पण त्याचे डोळे बिळावर खिळले होते. कान टवकारले होते.

भुजंगाचा आवाज नक्कीच नाही.

शेकरा सावधपणे पुढं सरकला. कोणत्याही क्षणी झाड गाठण्याची त्याची तयारी होती.

सावधपणानं पुढं सरकत शेकरा बिळाच्या तोंडाशी आला.

आवाज आला की, तो बिळाकडं बघायचा.

आवाज थांबला की, मागं सरकून ताठ व्हायचा.

बिळात शिरण्याचं धाडस त्याला होत नव्हतं. बराच वेळ शेकरा बिळात बघण्याचा प्रयत्न करीत होता.

शेकऱ्याच्या मनातली भीती आता बरीच कमी झाली होती.

भुजंग नाही याची खात्री झाली होती.

मनाचा निर्धार करून शेकऱ्यानं बिळात तोंड खुपसलं.

— आणि त्याच्या नजरेत भुऱ्या रंगाचे पुंजके हलताना आले.

त्यांचाच आवाज.

केवढा नाजूक!

शेकरा सावकाशपणे त्यांच्या नजीक गेला.

आपली गोंडेदार शेपूट त्यानं त्यांच्या अंगांवर फिरवली.

त्या स्पर्शानं सशाची दोन्ही पिलं भयभीत होऊन मागे सरली.

शेकरा आणखी पुढं सरकला.

त्यांच्या अंगांवर शेपूट फिरवण्यात शेकऱ्याला एक वेगळं समाधान मिळत होतं.

सशांच्या पिलांचीही भीती आता कमी झाली होती.
'चिऽक् चिऽक्' करीत दोन्ही पिलं शेकऱ्याच्या अंगाशी आली.

शेकरा तो सुखद स्पर्श घेत राहिला.

उलटीपालटी होत पिलं शेकऱ्याच्या अंगाला चिकटत होती.
क्षणाक्षणाला त्यांचा आवाज वाढत होता.
शेकरा भानावर आला. पिलांची व्याकूळता त्याला जाणवली.
त्या बिळात शोधूनही काही सापडत नव्हतं.
मनाशी ठरवून शेकरा सरसरत बिळातून बाहेर आला. ओहोळाच्या काठाकडं तो सरसरत गेला. बघता बघता त्यानं ओहोळ जवळ केला. ओहोळाच्या काठावर येताच त्यानं चौफेर नजर फिरवली. कोवळ्या गवतावर त्याची नजर स्थिरावली.
शेकऱ्यानं ते कोवळं गवत आपल्या दातांनी तोडलं. तोंडात धरता येतील, तेवढी गवताची पाती त्यानं धरली आणि तो बिळाच्या दिशेनं सुटला. बिळात येताच आपल्या तोंडातलं गवत त्यानं पिलांच्या समोर सोडलं. दोन्ही पिलं त्या लुसलुशीत गवताच्या काड्या आपल्या इवल्या इवल्या तोंडांत धरत होती. तोंडं हलवत होती.
शेकरा समाधानानं बघत होता.
बघता बघता पिलांनी गवताची पाती संपवली आणि पाती जिथं पडली होती ती जागा ती आपल्या निमुळत्या तोंडानं चाचपू लागली.
आवाज करू लागली.
शेकरा बघत होता...

आणखीन हवं?
पोट भरलं नाही?

शेकरा परत ओहोळाच्या काठाकडं धावला.

★

शेकऱ्याचा मुक्काम आता नवीन घरट्यात पडला. रानात ठिकठिकाणी बांधलेल्या साऱ्या घरट्यांचा त्याला विसर पडला.

सकाळ झाली, की शेकरा झरझर खाली यायचा. बेधडक बिळात शिरायचा. दोन्ही पिलं झोपली असली, तरी आपली झुपकेदार शेपटी त्यांच्या अंगांवरून फिरवायचा. पिलं जागी झाली, आवाज करू लागली, की त्याला कोण आनंद व्हायचा.

प्रवाहाकाठी, डोहाकाठी जायचा. लुसलुशीत गवताची पाती शोधायचा. झाडावरची कोवळी पालवी तोडायचा.

पिलांच्या खाण्यानं तो सुखावत होता.

दिवस कसा सरत होता हे शेकऱ्याला समजत नव्हतं.

आता शेकरा बाहेर पडू लागला की, पिलं बिळाच्या तोंडाशी येत होती.

त्या वाढणाऱ्या पिलांनी शेकऱ्याला लळा लावला होता.

सकाळच्या कोवळ्या उन्हात पिलं बिळाच्या तोंडाशी उड्या मारत होती. शेकरा त्यांच्या उड्या कौतुकानं बघत होता. बघता बघता ती पिलं शेकऱ्याजवळ आली. शेकऱ्याची हलणारी ती झुबकेदार शेपटी बघून एका पिलानं त्या शेपटीला आपल्या इवल्याशा पायानं तडाखा दिला. तोवर दुसरं पिलू शेकऱ्याच्या पाठीवर आलं.

शेकरा समाधानानं ते ओझं सांभाळत होता.

शेपटीवर तडाखे मारून घेत होता.

शेकऱ्याच्या मनात एकदम विचार आला आणि त्या विचाराबरोबर त्यानं एकदम पलटी खाल्ली. पाठीवर बसलेलं पिलू गोलांटी खाऊन खाली पडलं. दुसरं पिलू मागं सरलं.

दोन्ही पिलं शेकऱ्याकडं बघत असता शेकऱ्यानं अंग फुलवलं. तो शेपटीवर ताठ बसला.

— आणि एकाएकी 'चिर्ऽचिर्ऽऽ' करून ओरडला.

दोन्ही पिलांनी क्षणात उशी घेतली.
बघता बघता ती बिळात दिसेनाशी झाली.

पाठोपाठ शेकरा बिळात आला.
भीतीनं पिलं शेकऱ्याकडं बघत होती.
झुपकेदार शेपूट हलवीत शेकरा पिलांच्या जवळ आला.
शेपटीनं त्यांना गोंजारलं.
पिलांची भीती गेली होती.
त्या पिलांशी खेळण्यात शेकरा सारं रान विसरला होता.

आता ती पिलं शेकऱ्याच्या मागून बिळापासून लांब जात होती.

बिळापासून लांब अंतरावर ती पिलं उड्या मारीत होती. शेकरा झाडाच्या शेंड्यावरून बघत होता. अचानक शेकरा ओरडला. दोन्ही पिलं उड्या मारायचं थांबून शेकऱ्याकडं बघत राहिली.

एका फांदीवरून शेकरा दुसऱ्या फांदीवर झेपावला.

दुसऱ्या फांदीवरून तिसऱ्या फांदीवर.

शेकरा काही वेळ या फांदीवरून त्या फांदीवर, त्या फांदीवरून या फांदीवर झेपावत होता. दोन्ही पिलं त्याची झेप बघत होती. काही वेळातच शेकरा एका फांदीवर स्तब्ध राहिला.

दोन्ही पिलं झाडाच्या बुंध्याजवळ आली होती. दोन्ही पाय झाडाच्या बुंध्यावर टेकवून ती वर पाहत होती.

मागं उशी घेत होती.

अचानक शेकरा बसला होता, तिथून एक सावली फिरत गेली.
शेकऱ्यानं दचकून वर पाहिलं.
उंच आकाशात एक काळा ठिपका स्थिर झाला होता.

भयानं शेकरा 'चिर्ऽ चिर्ऽ' ओरडला आणि क्षणात झाडाखाली आला. बघता बघता दोन्ही पिलांच्या अंगांवरून जिवाच्या आकांतानं ओरडत तो बिळाच्या दिशेनं धावला. त्या विचित्र आवाजानं भयभीत

झालेली दोन्ही पिलं शेकऱ्याला मागं टाकून बिळात दिसेनाशी झाली.

शेकरा बिळाच्या तोंडाशी थांबला. त्याची नजर वर गेली.

बघता बघता आकाशातला तो काळा ठिपका हलला आणि लांबवर दिसेनासा झाला.

धापावणारा शेकरा बिळात आला.

त्यानंतर बऱ्याच वेळा आकाशातला तो काळा ठिपका फिरताना शेकरा बघत होता.

केव्हा जवळून. केव्हा दूरवर.

पण सावध शेकरा प्रत्येकवेळी त्या पिलांना पळायला भाग पाडीत होता.

रात्र सरत होती.

दिवस उगवत होता.

शेकरा पिलांबरोबर खेळत होता. पिलं त्याच्याशी खेळत होती.

लांबवर जाऊन चरत होती.

कुठं काही सरसरलं तरी कान टवकारत होती.

पळत होती.

शेकऱ्यानं सावध करायची वाट बघत नव्हती.


सारी रात्र आपल्या घरट्यात काढून शेकरा नेहमीसारखा बिळाच्या तोंडाशी आला. त्यानं एकवार सभोवती पाहिलं आणि सरळ बिळात आला.

बिळात शिरलेला शेकरा क्षणभर तसाच थांबला.

बीळ मोकळं होतं.

समजत असूनही शेकरा शोधत राहिला.

कुठं गेली?

काय झालं?


भानावर आलेला शेकरा तसाच बाहेर आला.

त्याची नजर सभोवार फिरली.

कुठंच काही नजरेत येत नव्हतं. शेकरा झरझर झाडावर आला. उंच शेंड्यावरून त्याची नजर रानावर फिरत राहिली.

हवं असलेलं त्याच्या नजरेत येत नव्हतं.

शेकरा तसाच खाली आला. प्रवाहाच्या दिशेनं झेपावला.

प्रवाहाकडून डोहाकडं.

डोहाकडून ओहोळ.

दुपारपर्यंत शेकरा सारं रान फिरला. पण पिलं दिसली नाहीत. थकला-भागला होऊन तो बिळाच्या तोंडाशी आला.

पण बिळात जावंसं त्याला वाटत नव्हतं.

मिळालेली सोबत अचानक हरवली होती.

★

कुठं गेली?

काय झालं?

शेकरा बेचैन झाला होता. सकाळपासून सायंकाळपर्यंत सारं रान तो फिरला होता. पण सशाची पिलं त्याच्या नजरेत येत नव्हती. अंधार पडला की, शेकरा आपल्या घरट्यात जाऊन विसावत होता.

रातकिड्यांचा आवाज ऐकत डोळे मिटून पडत होता.

बरीच रात्र होईपर्यंत तो जागत होता.

आता त्याची झोपही कमी झाली होती.

असाच फिरून फिरून शेकरा दमला होता. सायंकाळी थकला-भागला होऊन तो डोहाच्या काठावर आला. डोहाच्या काठावरचं वडाचं झाड त्यानं जवळ केलं. त्याची नजर दूरवरच्या उंच कड्यावर गेली.

शेकरा बराच वेळ त्या उंच सुळक्याकडं बघत होता. जेव्हा त्याची नजर खाली वळली, तेव्हा क्षणभर त्याचे डोळे लकाकले.

पुढं मान करून तो बघत राहिला.

डोहाच्या काठावर ते राखी रंगाचे ससे चरत होते.

शेकरा भान विसरला.

'चिर्ऽ चिर्ऽऽ' ओरडत तो झाडावरून खाली सुसाट धावला.

त्या आवाजानं दोन्ही सशांनी क्षणात उशी घेतली होती. वाट फुटेल तिकडं ते धावत होते.

– आणि शेकरा त्यांच्या मागून धावत होता.

ओरडत होता.

ससे दृष्टिआड झाले, तरी शेकरा सैरावैरा धावत होता.

रानावर काळोखी आली.

शेकरा धापावत थांबला.

कुठं गेले?

काय झालं?

निराश होऊन शेकरा माघारी आला.

त्यानंतर शेकरा एकाकी दिवस कंठत होता. केव्हातरी ते ससे त्याच्या दृष्टीत येत होते.

शेकरा जवळ जाण्याचा प्रयत्न करीत होता.

ससे लांब पळत होते.

हे असे का भितात?

का पळतात?

आता ससे नजरेत आले, तरी शेकरा त्यांना लांबूनच बघत होता.

भान राखून त्यांना लांबूनच पाहायचा.

ते बघण्यातही त्याला एक समाधान होतं.

★

दुपारच्या वेळी शेकरा आपल्या घरट्यात विसावला होता.

अचानक त्याला जाग आली.

त्याच्या कानांत आवाज घुमत होता.

टक्क्ऽ टक्क्ऽ

शेकऱ्यानं अंग झाडलं.

कसला आवाज?

शेकऱ्यानं घरट्यातून डोकं बाहेर काढलं.

समोरच्या झाडावरून आवाज येत होता.

आवाज येत होता, पण काहीच नजरेत येत नव्हतं.


शेकऱ्याच्या डोळ्यांवरची झापड गेली होती. तो घरट्यातून बाहेर आला. जिकडून आवाज येत होता, तिकडं त्याची नजर खिळली.

समोरच्या झाडावर उभ्या फांदीला तो पक्षी भिडला होता. त्या फांदीत आपल्या पायांच्या नख्या रोवून, बाकदार लांब चोचीनं फांदीला चोची मारीत होता,

टक्क्ऽ


कशासाठी?

काय आहे तिथं?

शेकरा एकटक बघत राहिला.


सुतार पक्ष्याचं काम चालू होतं. त्या मोठ्या फांदीला त्याच्या टोकदार चोचीनं पोखरलं जात होतं. एका लयीत रानावर आवाज उठत होता. त्या उभ्या फांदीनजीकच बारीक आडवी गेलेली फांदी दिसत होती. त्या आडव्या फांदीवर सुतार पक्ष्याची मादी बसली होती.

नराकडं बघत होती.

मान वळवत होती.

चौफेर नजर टाकत होती.


शेकरा आपल्या घरट्यातून फांदीच्या टोकावर आला.

किलकिल नजरेनं त्यानं पाहिलं.

त्या पक्ष्याची लांबझोक चोच फांदीत शिरत होती.

चोच बाहेर येत होती.

फांदी पोखरली जात होती.

शेकऱ्याला काही वेळ गंमत वाटली. पण अखंडपणे चाललेलं ते टक्क्ऽ टक्क्ऽ बघणं नको झालं. तो झाडावरून खाली आला. खाली येताच पुन्हा त्याची नजर वर गेली.

मादी फांदीवर तशीच बसून होती.

उभ्या फांदीवर नर आपली चोच मारीतच होता.

शेकरा आपली गोंडेदार शेपूट पाठीवर वळवून प्रवाहाच्या दिशेनं निघून गेला.


सायंकाळ झाली. शेकरा परत त्या जागी परतला. लांबूनच त्यानं कानोसा घेतला.

रानावर उठणारा तो टक्क्ऽ टक्क्ऽ चा आवाज कुठंतरी खोलवर दबून उठत होता.

शेकरा त्या झाडाच्या बुंध्याजवळ आला. एकवार त्यानं त्या उंच झाडाकडं पाहिलं.

ती मादी आडव्या फांदीवर तशीच बसून होती.

फांदी पोखरणारा नर दिसत नव्हता.

झाडामधून तो दबका आवाज निघत होता.

शेकरा त्या झाडावर आला. जिथं मादी बसली होती, त्या फांदीच्या समोरच्या फांदीवर येऊन शेकरा थांबला.

त्या चाहुलीनं मादीनं शेकऱ्याकडं नजर वळवली.

शेकऱ्यानं तिच्याकडं पाहिलं.

मादीच्या नजरेत बघत असता शेकऱ्याचं सारं अंग भीतीनं फुललं.

शेकरा क्षणात खाली आला. बघता बघता त्यानं आपलं घरटं जवळ केलं. आवाजाच्या दिशेनं बघण्याचं धाडस त्याला होत नव्हतं.

पण ती लांबझोक चोच त्याच्या नजरेसमोरून जात नव्हती.


रानावर अंधार उतरला. झाडातून येणारा आवाज बंद झाला. क्षणभर आडव्या फांदीवर दोन्ही पक्षी बसून होते. काही क्षणांतच त्या दोन्ही पक्ष्यांची फडफड झाली. आकाशात उडालेले दोन्ही सुतार पक्षी शेकऱ्याला दिसले. बघता बघता आकाशातून ते दिसेनासे झाले.

शेकरा ते गेलेल्या दिशेकडं बराच वेळ बघत राहिला.

आता ते परत येणार नाहीत याची त्याला खात्री झाली.

शेकरा आपल्या घरट्यातून बाहेर आला. झाडावरून झरझर उतरला आणि पक्षी उडून गेले होते, त्या झाडावर आला. जिथं नरानं फांदी पोखरली होती, त्या जागी शेकरा पोहोचला. त्या अंधूक प्रकाशात त्यानं पाहिलं. त्या फांदीला एक बारीक भोक खोलवर दिसत होतं.

शेकऱ्यानं आपलं तोंड त्या भोकात खुपसलं.

आत सारा अंधार होता.

शेकरा सरळ आत आला. बाहेरून लहान दिसणारी ती पोकळी आत ऐसपैस होती.

शेकरा त्या पोकळीत काही क्षण फिरला आणि बाहेर आला.

उन्हं वर आली, तरी शेकरा आपल्या घरट्यात बसून होता. त्याच्या अपेक्षेप्रमाणं घडत होतं.

दोन्ही पक्षी आले.

आडव्या फांदीवर काही काळ विसावले.

तिरप्या उन्हात त्यांच्या तांबूस अंगांवरचे राखी ठिपके उठून दिसत होते. फांदीवर बसलेली ती जोडी चोचीवर चोच घासत होती. बराच वेळ त्यांचा हा खेळ चालू होता.

अचानक ती मादी उडाली आणि त्या पोकळीत शिरली.

क्षणात ती बाहेर आली.

नराजवळ जाऊन आपल्या बाकदार चोचीनं तिनं नराला ढकललं.

नर उडाला. पोकळीजवळ आला.

बघता बघता तो नर त्या पोकळीत शिरला.

झाडातून टक्क्ऽ टक्क्ऽ आवाज उठू लागला.

मादी आपली नजर चौफेर फिरवत फांदीवर बसून होती.

मधेच ती उडायची.

पोकळीत शिरायची.

पुन्हा फांदीवर येऊन बसायची.
झाडातून आवाज उठतच होता.

तहान-भूक विसरून शेकरा आपल्या घरट्यात बसून होता.
झाडातून उठणाऱ्या आवाजाचं त्याला वेड लागलं होतं.

सायंकाळी उन्हं कलली आणि झाडातून उठणारा आवाज बंद झाला.
फांदीवर बसलेली मादी उडाली आणि पोकळीत आली.
बराच वेळ ती बाहेर आली नाही.
जेव्हा मादी बाहेर आली, तेव्हा तिच्या पाठोपाठ नरही बाहेर आला
होता. काही क्षण दोघंही त्या आडव्या फांदीवर बसून राहिली आणि
दुसऱ्याच क्षणी पंख फडकावत त्यांनी रानावर झेप घेतली. क्षणात
रानाआड झाली.

शेकरा सावकाश खाली आला. आता आत जाऊन त्याला बघावंसं
वाटत नव्हतं. त्यानं सरळ डोहाची वाट धरली.
अंधार पडत असता शेकरा परत त्या जागी आला. आपलं घरटं
सोडून तो नकळत दुसऱ्या झाडाच्या बुंध्यावरून त्या उभ्या फांदीवर
आला. त्या भोकाच्या तोंडाशीच तो थबकला.
त्याला त्या पोकळीतली चाहूल जाणवत होती.
शेकरा अंग फुलवून जागेलाच खिळला.
त्या लांब चोची त्याच्या नजरेसमोर दिसत होत्या.
भानावर येऊन शेकरा गरकन वळला आणि सुसाट त्यानं आपलं
घरटं गाठलं.
त्यानंतर त्या झाडावर चढण्याचा प्रयत्न शेकऱ्यानं केला नाही.
लांबूनच बघण्यात त्याला समाधान होतं.
तो नर फांदीवर एकटाच बसलेला असायचा.
चुकून केव्हातरी मादी घरट्याबाहेर यायची.
पण झाड सोडून रानावर झेपावत नव्हती.

शेकरा बघत राही.

५६ । शेकरा

रानातली ठिकठिकाणची आपली सारी घरटी विसरून शेकरा कित्येक दिवस त्या घरट्यातच विसावत होता.

सकाळची कोवळी किरणं रानावर पसरली होती.

शेकरा आपल्या घरट्यातून बाहेर पडला.

सवयीनं त्यानं आपली नजर त्या झाडावर टाकली.

त्या कोवळ्या किरणांत सुतार पक्ष्यांची जोडी फांदीवर बसली होती. बराच वेळ शेकरा शांतपणे बसलेल्या जोडीकडं बघत होता. अचानक ती जोडी फडफडली आणि रानावर झेपावली. बघता बघता रान पार करून ती जोडी दिसेनाशी झाली.

जोडी रानाआड झाली आणि शेकरा आपली जागा सोडून सरसरत त्या झाडावर आला. बघता बघता त्यानं ती पोकळी जवळ केली. पोकळी जवळ येताच त्यानं कान टवकारले.

पोकळीतून 'चिक्ऽ चिक्ऽ' आवाज येत होता.

शेकऱ्याचं अंग फुललं.

त्याच्या शेपटीचा गोंडा पाठीवर हलू लागला.

त्या झाडाखाली बिळातून असाच आवाज येत होता.

शेकरा झटकन त्या पोकळीत आला.

पोकळी केवढी उबदार होती!

मऊ गवत आणि सावरीचा कापूस त्या पोकळीच्या तळाशी भरला होता. त्या उबदार जागेत पिलं हलत होती.

सारी पोकळी पिलांच्या आवाजानं भरली होती.

शेकरा भान विसरून बघत होता.

गवत खातील?

वडाची लालबुंद फळं?

शेकरा भानावर आला. त्याची नजर रानावर गेली आणि त्याच वेळी लांबवर आकाशातून दोन काळे ठिपके झेपावत येताना त्याच्या

नजरेत आले.

मनातले विचार मनात राहिले.

जिवाच्या भीतीनं शेकरा झाडावरून केव्हाच खाली आला होता.

त्या न दिसणाऱ्या पोकळीत शेकरा आपल्या घरट्यातून नजर लावून बसू लागला.

वळीव पडून गेला होता. साऱ्या रानात सायंकाळचा गार वारा सळसळत होता. तिरपी किरणं अंगावर घेऊन रान हलत होतं.

शेकरा डोहाकाठी वडाच्या झाडावर होता.

अचानक शेकऱ्याची नजर डोहाच्या पलीकडच्या काठावर गेली आणि शेकरा ताठ झाला.

राखी रंगाची ती सशांची जोडी त्या काठावर फिरत होती.

त्यांच्या मागून पिलांचा घोळका उशा घेत होता.

चरत चरत थोडं लांब जात होती.

— आणि एखाद्या पिलानं उशी घेतली की, क्षणात सारी पिलं त्या सशांच्या भोवती गोळा होत होती.

आवाज करावा!

धावावं!!

पण शेकऱ्याच्या तोंडातून आवाज फुटला नाही, ना त्यानं आपली जागा सोडली.

बसल्या जागी त्याचं सारं अंग फुललं होतं.

सशांचा तो कळप गेला, तरी शेकरा आपल्या जागेवरून हलला नाही.

जिथं शेकरा बसला होता, त्याच्या समोरच एक पळस फुलला होता. त्या लाल रंगानं रानाला जाग आली होती.

आता एकटेपणाची जाणीव शेकऱ्याला होत नव्हती.

★

जळलेल्या रानानं जीव धरला होता.

— पण पूर्वीचा घनदाटपणा राहिला नव्हता.

ज्या रानावर सूर्यकिरणं अडत होती, त्या रानाची जमीन आता सूर्यकिरणांनी तापत होती. विरळ झालेल्या त्या रानाचा पूर्वीचा दिमाख पार हरवला होता.

वळीव पडून गेला होता. रानात मृद्‌गंध दरवळत होता. सायंकाळच्या तिरप्या किरणांनी सारं रान नाहत होतं.

फुललेल्या मातीच्या वेडानं शेकरा मनमुराद हिंडत होता.

शेकरा प्रवाहाच्या काठानं जात असता समोरून येणाऱ्या अस्वलावर त्याची नजर गेली. अंग झुलवत चाललेल्या अस्वलाच्या मादीमागून दोन पिलं चालत होती.

चालता चालता अस्वल माती हुंगत होतं. माती हुंगत अस्वल थांबलं की, पिलं थांबत होती. आतुर होऊन बघत होती. अस्वल निघालं की, पिलंही धावत होती.

प्रवाहानजीकच्या मोकळ्या जागेतून जात असता अस्वल एकदम थांबलं. आपल्या नाकपुड्या फेंदारून त्यानं वास घेतला.

शेकरा बघत होता.

कसला वास आला?

मधाचं पोळं तर कुठंच दिसत नाही.

मग काय जाणवलं?

नाक फेंदारून अस्वल जमीन हुंगत होतं. इकडंतिकडं पाहत होतं. बघता बघता ते दुडक्या चालीनं झुलत निघालं.

अस्वल जमीन हुंगत होतं, त्या जागेपासून थोड्याच अंतरावर एका मोकळ्या जागेत वारूळ उठलं होतं. अस्वल वारुळाजवळ आलं. तिथं येताच त्यानं परत वारूळ हुंगलं.

दोन्ही पिलं अस्वलाकडं बघत होती.

अस्वलानं आपल्या पुढच्या दोन्ही पायांच्या नख्यांनी ते वारूळ उकरायला सुरुवात केली. बघता बघता ते वारूळ अस्वलानं जमीनदोस्त केलं.

क्षणभर अस्वल झुलत राहिलं. त्याचा हेतू सफल झाला होता.

उकरलेल्या वारुळातून पांढऱ्या वाळवीचा थवा विस्कटला होता. चारी वाटांनी वळवळत जाणारा तो वाळवीचा थवा बघताच अस्वलाची भूक भडकली. पिलांकडं न बघताच अस्वल त्या वळवळणाऱ्या वाळवीवर ताव मारत होतं.

टकमक बघणारी पिलंही वाळवीची चव घ्यायला पुढं सरसावली.

उकरलेल्या वारुळातून उघड्यावर पडलेली ती वाळवी मिळेल त्या बिळात शिरत होती. तोवर अस्वलानं बरीच वाळवी पोटात घातली होती. उकरलेल्या मातीवर आता कुठंतरी वाळवी वळवळताना दिसत होती. दोन्ही पिलं एकमेकांना मुस्कटानं ढकलून वाळवी मिळवण्याचा प्रयत्न करीत होती. मातीखाली दडणाऱ्या वाळवीला उघड्यावर आणण्याचा प्रयत्न करीत होती.

अस्वल शांतपणे बघत होतं.

मातीखाली दडलेल्या वाळवीला बाहेर काढण्यासाठी परत त्यानं नख्या उगारल्या नाहीत.

अस्वलाची नजर आता प्रवाहाकडं लागली होती. काही क्षण ते प्रवाहाकडं बघत राहिलं आणि अंग झाडून प्रवाहाच्या दिशेनं चालू लागलं.

अस्वल पाण्याजवळ काठावर बसलं. बराच वेळ ते त्या प्रवाहाकडं बघत होतं. त्या नितळ पाण्याचा तळ दिसत होता. बारीक बारीक चिंगळ्या पाण्यात फिरताना नजरेत येत होत्या. त्या चिंगळ्या धावतील तशी अस्वलाची मान फिरत होती.

अंदाज घेऊन अस्वल पाण्यात उतरलं. जिकडून प्रवाह वाहत होता, तिकडं पाठ करून त्यानं पाण्यात बूड टेकवलं.

— आणि पुढचे दोन्ही पाय पाण्यावर रोखून धरले.

एकटक नजरेनं ते पाण्याचा तळ बघत होतं.

बराच वेळ अस्वल तसंच बसून होतं.

अचानक अस्वलाची नजर बारीक झाली. धारेतून वर खेळत येणाऱ्या माशावर त्याची नजर खिळली.

खेळत येणारा मासा अस्वलाच्या पायाला डसला होता. अस्वलाच्या पायाच्या नख्यांत अडकलेली घाण तो टोकरत होता.

अस्वलाच्या पायाला गुदगुल्या होत होत्या.

अस्वल सुखावलं होतं.

अधीर बनलं होतं.

तरी त्यानं गडबड केली नाही.

अस्वलाच्या पायाला टोकरत टोकरत मासा अस्वलाच्या अंगाबरोबर वर येत होता.

अस्वलाचे पाण्यावर रोखलेले पंजे तयार होते.

अस्वलाची खात्री होताच चपळाईनं त्यानं रोखलेले पंजे माशावर मारले. त्याच्या पंज्यांत मासा आला होता.

जेव्हा अस्वलानं आपला पंजा पाण्याबाहेर काढला तेव्हा पांढऱ्याशुभ्र माशाची शेपूट थडथडत होती. तो तडफडणारा मासा तसाच घट्ट धरून अस्वल पाण्याबाहेर आलं. काठावर येताच त्यानं पंज्यातला मासा खाली टाकला. मातीवर पडलेला मासा ताडताड उडत होता. अस्वल समाधानानं ते दृश्य पाहत होतं.

अचानक अस्वल पुढं झेपावलं. तडफडणाऱ्या माशावर त्यानं झडप घातली. पंज्याखाली मासा पकडून त्यानं साऱ्या शक्तीनिशी दाबला. क्षणात माशाची तडफड थांबली.

शांत झालेल्या माशाकडं अस्वल काही क्षण बघत राहिलं.

बघता बघता दोन्ही पिलं पुढं सरसावली. पुढं येणाऱ्या पिलांना बघताच अस्वलानं एकदम आरोळी दिली. त्या आवाजानं पुढं येणारी पिलं जागेलाच खिळली. त्या थांबलेल्या पिलांवर गुरकावत अस्वलानं मासा उचलला. दोन्ही पोरांकडं न बघता अस्वल शांतपणे मासा खाऊ लागलं.

अस्वल मासा खात होतं. अधाशीपणानं बघणाऱ्या पिलांवर गुरकावत होतं.

अस्वलानं मासा संपवला. हाडांचा सांगाडा फेकला. त्या काट्यांचा सांगाडा पिलं बघत होती. पण अस्वलाचं तिकडं लक्ष नव्हतं.

बसल्या जागेवर अस्वलानं आपले पंजे तोंडावर घासले आणि ते उठलं. अंग घुसळून ते चालू लागलं. जिथं मासा मिळाला होता, तिथं अस्वल परत आलं. प्रवाहात बसून त्यानं आपले दोन्ही पंजे पाण्यावर रोखले.

— आणि ते नितळ पाण्याचा तळ बघत राहिलं.

★

सायंकाळची सावली रानावर उतरली. अचानक अस्वलाची नजर वर गेली. रानावरून बगळ्यांचा पांढराशुभ्र थवा अस्वलाच्या दिशेनं येत होता. जिथं अस्वल बसलं होतं, त्या जागेपासून थोड्या अंतरावर तो बगळ्यांचा थवा उतरला.

सारा प्रवाह बगळ्यांनी भरून गेला.

अस्वलाची नजर आता सारखी वळत होती. प्रवाहात फिरणाऱ्या त्या बगळ्यांवर फिरत होती.

अस्वल मनातून संतापलं होतं.

संतापलेल्या अस्वलानं पाण्यावर रोखलेले पंजे पाण्यात टेकवले. मुस्कट वर करून आरोळी ठोकली.

भयभीत झालेले सारे बगळे फडफडत उडाले आणि परत थोड्या अंतरावर प्रवाहात उतरले.

अस्वल प्रवाहाबाहेर आलं. त्याच्या आरोळीनं उकरलेल्या वारुळाजवळ माती उकरणारी दोन्ही पिलं तिकडं पाहत होती.

अस्वल बाहेर आलं होतं. अंग झाडून त्यानं केसांतलं पाणी झाडलं. एकवार प्रवाहात फिरणाऱ्या बगळ्यांकडं पाहून त्यानं आपली रानाची वाट धरली.

पाठीमागून पिलं धावत होती.

★

पावसाचा जोर ओसरला. कडेकपारींतून चारी वाटांनी धावणारे पाणलोट एका वाटेनं मार्गस्थ झाले आणि कातळावरून पिंजून अलगदपणे खाली येऊ लागले. खाली येताच ओहोळ बनून गेले.

कैक दिवसांनी साऱ्या रानावर सूर्यकिरणं उतरली.

रानाच्या नव्या पालवीनं सुखावलेला शेकरा स्वच्छंदीपणानं हिंडत होता. स्वच्छंदी हिंडणारा शेकरा मोहाच्या झाडावरच्या आपल्या घरट्यात

आला. घरट्यातून त्यानं लांबवर नजर टाकली.

उंच कड्यावरची अरुंद वाट त्याला दिसत होती.

याच अरुंद वाटेवरून गव्याचा कळप कसा उधळत यायचा.

त्यांच्या खुरांच्या आवाजानं सारी दरी घुमायची.

आता ते आवाज कुठं गेले?

शेकऱ्याचं मन क्षणात खिन्न झालं.

त्याची नजर लांबवर दिसत असलेल्या दुसऱ्या रानावर खिळली.

बराच वेळ तो टक लावून बसून राहिला.


अचानक शेकरा भानावर आला. चीत्कार करीत, उड्या मारीत तांबड्या तोंडांच्या माकडांचा कळप झेपावत होता.

शेकरा बघत राहिला.

तांबड्या तोंडांच्या माकडांचा कळप मोहाच्या झाडावरच झेपावला.

शेकरा आपल्या घरट्यात अंग चोरून बसून राहिला.


तांबड्या तोंडांच्या माकडांची झुंड मोहाच्या झाडावर थांबली. या फांदीवरून त्या फांदीवर उड्या मारीत राहिली. बरीचशी माकडं जमिनीवर उतरली. शेपटीची कमान पाठीवर घेऊन ऐटीत फिरू लागली.

एकमेकांची पाठ घेत पुन्हा झाडावर चढू लागली.

बराच वेळ त्यांचा हा खेळ चालला होता.


त्या झाडाच्या फांदीवर एक उमदं माकड बसलं होतं. चारी बाजू टकमक न्याहाळत होतं.

अचानक त्याची नजर प्रवाहाच्या काठावर पडलेल्या लांबसडक ओंडक्यावर गेली.

अचानक ओंडका कसा आला?

पक्ष्यांचा थवा त्या ओंडक्याभोवती गोळा झाला होता. ते लांब चोचीचे रंगीत पक्षी त्या ओंडक्याभोवती गोळा झाले होते. ओंडक्याला टोकरत होते. चोचीत काहीतरी घेऊन बाजूला जात होते.

पुन्हा ओंडक्याला लागत होते.

सारं निरखत असलेलं ते उमदं माकड झाडावरून सरसरत खाली

आलं. इकडंतिकडं बघत ओंडक्याच्या दिशेनं जाऊ लागलं.

माकड जवळ येताच सारे पक्षी भरकन उडून लांब गेले.

माकड ओंडक्याजवळ आलं.

थोडं अंतर राखून शोध घेऊ लागलं.

पक्षी काय खात होते?

त्या ओंडक्यासभोवती माकडानं एक फेरी मारली. त्याच्या मनातली भीती आता गेली होती.

ओंडक्याच्या निमुळत्या टोकाला माकड आलं. नजीक येऊन त्यानं बैठक मारली. अंग खाजवत इकडंतिकडं पाहू लागलं.

बघता बघता माकड ओंडक्यालगत आलं.

आपल्या दोन्ही हातांनी ओंडका चाचपू लागलं.

काय असेल हे?

पक्षी काय खात होते?

माकड सरळ ओंडक्यावर आलं. ओंडक्यावरून इकडंतिकडं फिरून त्यानं सरळ ओंडक्यावर बैठक मारली.

तोवर कळपातली बरीच माकडं जवळ आली होती.

माकडं जवळ आली, तसं उमद्या माकडानं साऱ्यांच्यावर दात विचकून नाराजी व्यक्त केली. सारी माकडं जागेलाच थांबली.

उमदं माकड समाधानानं शेपटीची कमान पाठीवर खेळवत त्या ओंडक्यावरून ऐटीत चालत ओंडक्याच्या निमुळत्या भागाकडं आलं.

ओंडक्यावरून ते खाली उतरलं.

बसलं.

समोरच्या बाजूनं ओंडका चिरला होता. मोठी फट दिसत होती. आत लालसर रंग भरला होता. आत एकमेकांत घुसलेले अणकुचीदार पांढरेशुभ्र काटे नजरेत येत होते.

रंग कसा?

आत काटे कसे?

पक्ष्यांना यात काय मिळत होतं?

माकडानं आपलं तोंड फटीत घातलं.

हुंगलं.

कसला तरी उग्र वास त्याच्या नाकात शिरला.

— आणि माकडं आपलं तोंड बाहेर काढत असतानाच फट एकदम मिटली.

माकडाला ओरडताच आलं नाही.

माकडाचा मानेपासून सारा भाग फटीत गडप झाला होता. बाहेर असलेलं सारं शरीर धडपडत होतं. पाठीवर ऐटीत कमान करणारी शेपूट थाडथाड उडत होती.

ओंडका सरपटत होता. माकडाचं शरीर फरफटत होतं.

सारी माकडं भयचकित होऊन चीत्कारत झाडावर धावली. बघता बघता त्यांनी झाडांचे शेंडे गाठले. शेंड्यांवरूनच ती विस्फारित नेत्रांनी बघत होती.

ओंडका पाण्यात शिरला होता आणि त्याबरोबर ते उमदं माकडही.

क्षणभर उमद्या माकडाची शेपटी पाण्यावर थरथरली.

लाटा उमटल्या.

शेपटीही पाण्यात दडली.

सारं शांत झालं.

पाण्यातून माकड बाहेर आलं नाही.

सारी माकडं बघत होती.

काय झालं?

ओंडका कसा गेला?

माकड कुठं गेलं?

बिचकत बिचकत एकएक माकड खाली उतरलं. जिथून ओंडका पाण्यात पडला, त्या जागी सारी माकडं गोळा झाली. जिथं माकडाची अखेरची शेपूट दिसली होती, तिकडं सारी माकडं टकमक बघत होती.

ना ओंडका दिसत होता.

ना माकड.

संथ प्रवाहात लाटाही नव्हत्या.
सारं शांत दिसत होतं.

★

पहाटेचा समय. रानावरची काळोखी अजून गेली नव्हती. नि:स्तब्ध रानात कुठंतरी रानकोंबड्याचा आवाज उठत होता. वडावरच्या आपल्या घरट्यात शेकरा बसून होता.

अचानक कसल्या तरी आवाजानं शेकऱ्याची तंद्री भंगली. झाडाखालून येणाऱ्या आवाजानं तो सावध झाला. क्षणात त्याची नजर आवाजाच्या दिशेनं वळली.

झाडापासून थोड्या अंतरावर फणा काढून उभ्या असलेल्या नागावर त्याचं लक्ष गेलं. नागाचा तो पवित्रा पाहताक्षणी शेकऱ्यानं ओळखलं. नागाचं लक्ष कोणातरी सावजावर खिळलं आहे.

शेकऱ्याची नजर नागावरून वळली. नागाचं लक्ष जिकडं खिळलं होतं तिकडं त्यानं पाहिलं.

एक भलामोठा उंदीर भयानं एका जागी खिळला होता. समोरचे दोन्ही पाय उंचावून त्या उंदरानं नागाच्या नजरेला नजर दिली होती. जमिनीवर पसरलेली त्याची गोंडेदार शेपूट भयानं कंप पावत होती.

नागाच्या लवलव करणाऱ्या जिव्हा बघूनही उंदराला पळण्याचं धाडस होत नव्हतं. त्याला माहीत होतं, ज्या क्षणी आपले पाय जमिनीवर टेकतील, त्या क्षणी नागाची झेप पडणार आहे. पळण्याची उसंत मिळणार नाही.

— आणि उंदरावर नजर रोखून पवित्र्यात असलेला नाग बघत होता. उंदराचे उंचावलेले पाय जमिनीवर टेकण्याची वाट बघत होता.

दोघांचीही नजर एकमेकांवर खिळली होती.

सारं बघत असलेल्या शेकऱ्याला क्षणभर वाटलं,
ओरडावं!
बेभानपणे धावावं.
उंदराला संधी मिळेल.

— आणि संतप्त झालेल्या नागानंच संधी घेतली तर?

शेकऱ्याच्या मनाचा निर्णय होत नव्हता.

— आणि त्याच वेळी, शेकरा बसला होता, त्याच झाडावरून 'घुक्क्ऽ' असा आवाज उठला. तो अचानक उठलेला आवाज त्या भयाण शांततेला चिरत गेला.

भयाण शांतता अधिकच भयाण झाली.

शेकऱ्याची नजर जिथून घुबडाचा आवाज उठला तिकडं वळली.

ढोलीबाहेर आलेलं घुबड झेप घेण्याच्या पवित्र्यात होतं.

घुबडाच्या आवाजानं नाग भयभीत झाला होता. क्षणभरच त्याची फण्यावरची नजर घूत्काराच्या दिशेला वळली. क्षणात नागाचा फणा जमिनीवर टेकला. मिटला आणि जिवाच्या भीतीनं नाग वेडावाकडा सळसळत सुटला.

पण नागाची धाव क्षणाचीच ठरली. नागाची उंचावलेली मान जमिनीवर टेकताक्षणी घुबडाच्या पंखांची फडफड झाली होती. नागाच्या दिशेनं त्यानं झेप घेतली होती. वेड्यावाकड्या धावणाऱ्या नागावर त्याची झडप पडली होती. घुबडाच्या पायांच्या नख्या नागाच्या मानेभोवती आवळल्या होत्या. ज्या वेगानं घुबड नागावर झेपावलं होतं, त्याच वेगानं नागाला घेऊन ते उंच उडालं होतं.

शेकरा भयचकित होऊन बसल्या जागेवरून बघत होता.

— अहंकारानं बेभान होऊन प्रमत्त गजेंद्रावर चाल करणारा तो महाभुजंग...

— आणि घुबडाच्या घूत्कारानं भयभीत होणारा हा भुजंग!


शेकऱ्यानं पाहिलं. तो बसला होता, त्या उंचीवर घुबड आलं होतं. त्या उंचीवरून घुबडानं नागाला खाली सोडलं. जमिनीवर आपटलेला नाग मनात असूनही धावू शकत नव्हता. भीतीनं फणा काढण्याचंही भान त्याला राहिलं नव्हतं. त्याच वेळी घुबडाच्या पायाच्या नख्या त्याच्या मानेभोवती आवळल्या गेल्या आणि नागाला पायांत घेऊन घुबड झाडाच्या उंचीवर आलं. परत नाग जमिनीवर आपटला गेला.

पडल्या जागी नाग फणा काढून फूत्कारत होता.

पण त्याला धावणं अशक्य होतं.

त्याचा मणका मोडला होता.

आता घुबडालाही घाई नव्हती. आपले बटबटीत डोळे नागावर खिळवून, घुबड नागाच्या समोर बसलं होतं. नागानं काढलेला फणा बघत होतं.

काही क्षणांत घुबड फडफडलं. नागाचा प्रतिकार निरर्थक ठरला होता. घुबडाच्या पायांच्या नख्यांचा विळखा नागाच्या मानेभोवती आवळला गेला. त्याची चोच नागाच्या मस्तकात घुसली. शेपटीची वळवळ झाली आणि घुबडानं नागाला उचललं.

नागाला घेऊन घुबड आपल्या ढोलीत दिसेनासं झालं.

नागासह घुबड ढोलीत दिसेनासं झालं तरी शेकरा तिकडं बराच वेळ बघत होता.

शेकऱ्यानं नजर वळवली. जिथं उंदीर भयभीत होऊन उभा होता, तिकडं त्याची नजर गेली.

उंदीर केव्हाच गेला होता.

सारं शांत झालं होतं.

रानावर उजेड फाकत होता.

पक्ष्यांच्या आवाजानं रान जागं होत होतं.

★

वळवाच्या पावसानं भिजलेल्या रानावर सायंकाळची किरणं उतरली होती. साऱ्या रानावर एक सुवास दरवळत होता.

वटवृक्षावरच्या आपल्या घरट्यात शेकरा बसून होता.

वळवाच्या पावसानं भिजल्या रानातल्या फुललेल्या मातीचा असा गंध सुटला की, शेकऱ्याचं मन वेडं-पिसं होऊन जायचं.

बेभान व्हायचं.

फुललेल्या मातीत लोळायचं. अंग घुसळायचं.

तहान-भूक हरपायची.

पसरलेल्या अंधाराची जाणीव नसायची.

शरीर थकत नव्हतं.

मग आजच असं का व्हावं?
या पसरलेल्या सुगंधाची जाणीव का होत नाही?
या सुगंधानं शरीर वेडावत नाही.
का?
जडावलेल्या अंगानं शेकरा रानाकडं पाहत होता.
तिरप्या किरणांत उजळून गेलेलं रान बघत होता.
पडल्या जागेवरून.
मनात असूनही जडावलेलं शरीर झेप घेत नव्हतं.

खिन्न मनानं शेकरा आपल्या घरट्यात बसून रान बघत होता.

अचानक शेकऱ्याच्या कानांत आवाज घुमला. त्या आवाजानं
शेकरा सावध झाला. त्यानं आपल्या शरीराची कष्टानं हालचाल
केली.
पुन्हा एकदा तोच कर्कश आवाज रानावर उठला.
शेकऱ्याची नजर नकळत तिकडं वळली.
मोकळ्या जागेतून अजगराचं ते प्रचंड धूड डोहाच्या दिशेनं सरकत
होतं.
तिरप्या किरणांत अजगराच्या अंगावरचे काळे-पांढरे ठिपके चकाकत
होते. संथपणानं तो अजगर डोहाच्या दिशेनं सरकत होता.
पाण्यापासून थोड्या अंतरावर अजगर थांबला. त्या हिरवळीचा
त्यानं अंदाज घेतला आणि नजीकच्या झुडपाजवळ तो थांबला.
बघता बघता अजगरानं आपल्या शरीराचं वेटोळं केलं.
त्याची बारीक मान वेटोळ्याबाहेर विसावली होती.
बारीक नजर समोर होती.

शेकरा बेचैन झाला.

त्याला सारा अर्थ कळला होता.
अजगर भुकेलेला आहे.
कोणीतरी जवळ येण्याची वाट तो बघतो आहे.
ही कोवळी हिरवळ.
निश्चितपणे भुकेला जीव या हिरवळीवर झेपावेल.

– आणि त्या क्षणी अजगराच्या मानेत विजेची चपळाई संचारेल.
वाघाची झेपही फिकी पडेल.
वाघाच्या झेपेतून एक वेळ सावज सुटेल.
पण ही झेप अपयशी ठरणार नाही.

तहान भागवणारी ही जागा.

निर्धास्तपणे पाणी प्यावं.
तहान भागवावी.
ते दिवस कुठं गेले?

सारा दराराच गेला.
परत बघायला मिळेल?

शेकऱ्याचे डोळे विस्फारले. त्यानं पाहिलं.

राखी रंगाचे दोन ससे दोन पायांवर उशी घेत डोहाच्या दिशेनं झेपावत होते. मधेच थांबत होते. दोन पायांवर उभे होत होते. कान पाखरत होते. भेदरट नजर चौफेर वळवत होते.

खात्री होताच पुढं झेपावत होते.

त्यांच्या मागून दोन उमदी पिलं उशा घेत होती.

बघता बघता त्यांनी डोह जवळ केला.

काठावर उभं राहून त्यांनी परत कानोसा घेतला.

डोहाच्या काठावरच्या हिरव्या गवतानं त्या उमद्या पिलाला पाण्याचा विसर पडला. लुसलुशीत गवताच्या ओढीनं ते पिलू हिरवळीत आलं.

आपलं निमुळतं तोंड हिरव्या गवतावर टेकवून ते पिलू आपलं मन

शांत करण्याचा प्रयत्न करीत होतं. दोन घास पोटात जाताच उशी घेत होतं. पुढं जात होतं. दोन घास गिळत होतं.

पुढं येणाऱ्या त्या पिलाची जाणीव अजगराला होत होती.

कोवळी पाती तोडत समोर येणाऱ्या पिलावर त्याची नजर होती. तो शांतपणे पडून होता.

अजगराची जाणीव नसलेलं ते सशाचं पिलू अजगरानजीक आलं. तोंडातला घास गिळून त्यानं परत गवताला तोंड लावलं आणि त्याच क्षणी अजगराची लवचीक मान झेपावली.

सशाला उशी घ्यायलाही उसंत मिळाली नाही.

अजगराच्या जबड्यात ससा आला होता.

सुस्त अजगराच्या शरीराचा विळखा सशाच्या शरीराभोवती आवळला जात होता. सशाची केविलवाणी धडपड चालू असतानाच त्याचं शरीर अजगराच्या जबड्यात ओढलं जात होतं.

बघता बघता ससा अजगराच्या जबड्यात संपूर्ण ओढला गेला. अजगराची बारीक दिसणारी मान तट्ट फुगली होती. तो फुगीरपणा अजगराच्या शरीराच्या मध्यभागाकडं सरकत होता.

काही क्षणांत अजगराचं वेटोळं सुटलं आणि त्याचं लांबझोक शरीर नजीकच्या झाडाच्या दिशेनं सरपटू लागलं. अजगर झाडाजवळ आला. बघता बघता त्याच्या शरीराचा विळखा झाडाला पडला.

जेव्हा अजगराचा झाडाचा विळखा सुटला, तेव्हा त्याच्या शरीरावरचा फुगीरपणा नाहीसा झाला होता.

अजगराच्या जिभा लवलवत होत्या.

त्याच्या तोंडून बाहेर पडलेल्या आवाजानं शेकरा भानावर आला.

त्यानं पाहिलं. अजगराच्या आवाजानं डोहाजवळच्या सशांनी उशी घेतली होती. वाट फुटेल तिकडं ते धावत होते.

हरवलेल्या सशाचंही त्यांना भान नव्हतं.

बसल्या जागेवरून शेकरा पाहत होता.

रानावर उतरलेल्या अंधाराचंही त्याला भान नव्हतं.

★

रानावर उन्हं चढली होती.

पक्ष्यांचा आवाज मंदावला होता.

शेकरा आपल्या घरट्यात तसाच बसून होता. मनात असूनही त्याला उठावंसं वाटत नव्हतं. बसल्या जागेवरूनच आपल्या अंधूक नजरेनं तो सभोवार बघत होता.

आताशा असंच दिसतं. पुसट, धुरकट.

रानावरचं धुकं विरत नाही का?

दरीपलीकडचं रानही खूप लांब गेल्यासारखं वाटतं.

दुपार टळत असता शेकरा आपलं घरटं सोडून बाहेर आला. त्यानं समोर पाहिलं. विरळ रानात कुठंतरी उंच वाढलेले वृक्ष येत होते. उंच वाढलेल्या एका झाडाच्या शेंड्यावरून लांबवर कड्याचा सुळका नजरेत येत होता. नजर न काढता तो अस्पष्ट दिसणारा कड्याचा सुळका शेकरा बघत होता.

त्या कड्याचा पायथा. आजवरच्या आयुष्याची ती सोबत.

काळ्याभोर पाण्याचा डोह.

शेकरा आपल्याच तंद्रीत होता. त्याला सारं स्पष्ट दिसत होतं.

आपल्या डरकीनं सारं रान सावध करून विश्वासानं दरड उतरणारा वाघ. सावज नजरेत येताच किरण साधून बसणारा वाघ. नवजात अर्भकाचं रक्षण करण्यासाठी जिवावर उदार होऊन वाघाशी टक्कर देणारा गवा. उन्मत्तपणानं जीव गमावणारा गजेंद्र... तोंड वासून प्रतीक्षा करणारी सुसर...

हुकमत गाजवणारे सारे जीव कुठं गेले?

कुठं?

कुठं जाणार?

ज्याच्या आश्रयानं राहावं, ते रान राहिलं कुठं?

भरदिवसाही आपल्या सावलीनं जमीन झाकणारं रान आता या खुरट्या झुडपांनी व्यापून राहिलंय.

अचानक शेकऱ्याची तंद्री भंगली. त्यानं डोळे किलकिले केले.

तांबड्या तोंडांच्या माकडांची झुंड वडाच्या झाडावर झेपावली होती.

शेकरा निर्विकारपणे त्यांच्याकडं बघत होता.

माकडं झाडावर उड्या मारीत होती. खाली-वर करीत होती. फळं खात होती. एकमेकांवर दात विचकत होती.

काही वेळ त्यांचा खेळ चालू होता. उड्या मारणारी सारी माकडं खाली आली. पाठीवर वाकलेल्या शेपट्या झुलवत जमिनीवरून उड्या मारत क्षणात दिसेनाशी झाली.

शेकऱ्यानं परत डोळे मिटले. पण तांबड्या तोंडांची माकडं त्याच्या नजरेसमोरून हलत नव्हती.

ही तांबड्या तोंडांची माकडं कुठनं आली?

काळ्या तोंडांचे ते हुप्पे! केवढ्या दिमाखानं वावरायचे. जमिनीवर पाय ठेवायची त्यांना कधी वेळच येत नव्हती. या झाडावरून त्या झाडावर झेप घेण्यात त्यांचा दिवस सरत होता.

कुठं गेले ते हुप्पे?

रानाचं गेलेलं वैभव बघून त्यांनी हे रान विसरावं?

ज्यानं अंगा-खांद्यांवर खेळवलं, वाढवलं, जगवलं, त्याला सोडायचं?

त्याची कळा गेली म्हणून?

शेकऱ्यानं निःश्वास सोडला. डोळे उघडले.

उन्हं तिरपी झाली होती. घरट्यात बसून शेकरा कंटाळला होता. पण बाहेर पडावंसं वाटत नव्हतं. बसल्या जागेवरूनच त्यानं समोर पाहिलं.

वडाची लालबुंद फळं त्याच्या नजरेत आली.

पोटातल्या भुकेची जाणीव झाली.

शेकरा सावकाश घरट्याबाहेर आला.

तिरप्या उन्हात त्याच्या अंगावरची लोप पावत चाललेली तकाकी जाणवत होती. उभारलेल्या शेपटीच्या गोंड्याचाही दिमाख हरवला होता.

शेकरा सावकाशपणे फांदीच्या टोकावर आला. समोरच्या फांदीचा त्यानं अंदाज घेतला.

झेप जाईल?

क्षणभर शेकरा जागेलाच बसून राहिला.

आजवर अशी भीती कधी मनाला शिवली नव्हती.

आज हा विचार का यावा?

झेप जाईल?

मनात येताक्षणी बेधडक झेप घेणारा शेकरा आज अंदाज घेत होता. मनाचा निर्धार करून शेकऱ्यानं झेप घेतली.

पण खचलेल्या मनानं घेतलेली झेप अपयशी ठरली. नजरेसमोरच्या फांदीचा स्पर्शही झाला नाही. एखादं फळ पडावं, तसा तो खाली आपटला. पडल्या जागी काही क्षण तो निपचित पडून राहिला.

सारं अंग थरथरत होतं.

असं का व्हावं?

झेप का चुकावी?

कंप सुटलेलं अंग झाडून शेकरा सावकाश बुंध्यात आला. बुंध्यावरून त्यानं फांदी गाठली.

पण फळं बघून अधाशीपणानं तो झेपावला नाही.

धापावलेल्या अंगानं त्यानं काही क्षण घालवले आणि सावकाशपणे दोन्ही पायांत एक फळ धरून तो कुरतडू लागला.

दातांनी फळ फोडत असता त्याची नजर समोर गेली.

चारी दिशा निरखत चार-पाच चितळं वडाखाली आली होती. तांबूस अंगांवरचे पांढरे ठिपके नजरेत भरत होते. एकमेकांना ढकलत सारी चितळं वडाखाली आली. झाडाखाली पडलेली फळं बघता बघता त्यांनी संपवली. जेव्हा पाला-पाचोळ्यावर सहज नजरेत येणारी फळं संपली तशी ती चितळं आपलं निमुळतं मुस्कट पाला-पाचोळ्यात खुपसत होती. पाला-पाचोळा दूर सारून पानांत लपलेलं फळ शोधत होती.

शेकरा प्रसन्नपणानं बघत होता.

पायांतलं फळ पायांतच राहिलं होतं.

पाचोळ्यातली फळं शोधणारी ती चितळं बघत असता शेकऱ्यानं पायांत धरलेलं फळ निसटलं. टपकन खाली पडलं. पाचोळ्यात आवाज झाला. आवाजाच्या रोखानं चितळांचे डोळे वळले. क्षणात दोन-तीन चितळं धावली. एकमेकांना ढकलत ती चितळं फळ मिळवण्याचा प्रयत्न करू लागली.

बसल्या जागेवरून शेकरा बघत होता. त्याच्या मनात आलेल्या

कल्पनेसरशी तो एक-एक फळ तोडून खाली सोडू लागला. पाचोळ्यावर पडणाऱ्या फळांचा आवाज उठत होता आणि पडलेलं फळ मिळविण्यासाठी चितळं धडपडत होती.

शेकरा एक वेगळाच आनंद घेत होता...

राखी रंगाची इवली इवली सशाची पिलं अधाशीपणानं अशीच धडपडत होती! एकमेकांच्या तोंडातलं काढून घेत होती.

शेकरा आपली भूक विसरून गेला.

अचानक चितळांनी कान टवकारले. भेदरलेल्या नजरेनं कान हलवत, चारी दिशा टकमक बघत असतानाच रानावरून बगळ्यांचा थवा समोरच्या प्रवाहाच्या काठावर उतरला. आपल्या लांबझोक माना उंचावत सारे बगळे त्या उथळ पाण्यात उतरले होते.

भेदरलेली चितळं आल्या वाटेनं उधळली होती.

शेकरा झाडावरून खाली आला. त्यानं प्रवाहाची वाट धरली.

प्रवाहाच्या काठावर येताच शेकऱ्यानं चारी दिशा न्याहाळल्या. सारं रान शांत होतं.

शेकरा पाण्याजवळ आला. डोळे मिटून निर्धास्तपणे पाणी पिऊ लागला.

अचानक पंखांची फडफड झाली. प्रवाहात फिरणारे सारे बगळे उडाले होते.

शेकऱ्यानं पाण्यावरचं तोंड उचललं. आजूबाजूला पाहिलं.

काय झालं?

बगळे का उडाले?

पाण्याखालून काही आलं असेल?

या उथळ पाण्यात काय येणार?

मग बगळे का उडाले?

क्षणभर शेकऱ्याच्या मनात गोंधळ झाला. त्यानं मान झटकली.

– वाघ आला, तरी पाणी पिताना भीती नाही.

शेकऱ्यानं परत पाण्यावर तोंड टेकलं.

अचानक शेकऱ्याच्या शेपटीवर कसला तरी दाब पडला. त्यानं

पाणी पिता पिता शेपटी उचलण्याचा प्रयत्न केला. पण शेपटी उचलली नाही.

भीतीनं शेकरा गरकन वळला.

त्याचे डोळे विस्फारले.

विस्फारलेल्या नजरेत क्षणभर खोकडाचं भयानक रूप आलं. जिवाच्या भीतीनं शेकरा चिर्ऽचिर्ऽ ओरडला.

ते दाट रान कुठं गेलं?

तो दरारा कुठं गेला?

पाणी पिऊन संपेपर्यंत वाट बघणारी ती नीती कुठं हरवली?

कुठं गेले ते रानाचे नियम?

शेकऱ्यानं शेपटीवरच्या ओझ्याखालनं सुटण्याची धडपड केली.

– पण त्याची धडपड क्षणाचीच ठरली.

खोकडाच्या जबड्यात शेकऱ्याची मान आली होती. खोकडाचे अणकुचीदार दात शेकऱ्याच्या मानेत रुतले होते.

साऱ्या अंगातून एक असह्य वेदना उठली होती.

विस्फारलेल्या अंधूक नजरेसमोर अंधार वाढत होता.

आता वेदना जाणवत नव्हती. खोकडाच्या जबड्यातून लोंबणारी शेकऱ्याची झुपकेदार शेपटी जमिनीवरून फरफटत होती.

– पण जाणीव होत नव्हती.

★★